നീ തൊട്ടൂ
ഞാൻ തീനാമ്പായ്

nee thottoo
njan theenambay
poems

•

sappho

•

translation
n p chandrasekharan

•

first edition
march 2011

•

typesetting
minerva graphotechs, attukal

•

published
chintha publishers, thiruvananthapuram

•

printed
akshara offset, thiruvananthapuram

•

cover
black mole

വിതരണം

ദേശാഭിമാനി ബുക്ക് ഹൗസ്

H O തിരുവനന്തപുരം–695 001

ബ്രാഞ്ചുകൾ

ഓവർബ്രിഡ്ജ് തിരുവനന്തപുരം • കെ എസ് ആർ ടി സി ബസ് സ്റ്റേഷൻ ആലപ്പുഴ • കെ എസ് ആർ ടി സി ബസ് സ്റ്റേഷൻ എറണാകുളം • ഐ ജി റോഡ് കോഴിക്കോട് • മാവൂർ റോഡ് കോഴിക്കോട് • എൻ ജി ഒ യൂണിയൻ ബിൽഡിങ് കണ്ണൂർ • സെൻട്രൽ ബസ് ടെർമിനൽ കോംപ്ലക്സ് താവക്കര കണ്ണൂർ • മച്ചിങ്ങൽ ലെയ്ൻ തൃശൂർ

CO - 1563 / 2679

നീ തൊട്ടു
ഞാൻ തീനാമ്പായ്

കവിതകൾ

സാഫോ

പരിഭാഷ

എൻ പി ചന്ദ്രശേഖരൻ

ചിന്ത പബ്ലിഷേഴ്സ്
തിരുവനന്തപുരം-695 001
വില: ₹ 70

എൻ പി ചന്ദ്രശേഖരൻ

മാധ്യമപ്രവർത്തകനും മാധ്യമനിരൂപകനും. കൈരളി ടി വി വാർത്താവിഭാഗത്തിൽ എക്സിക്യൂട്ടീവ് എഡിറ്റർ.

2007 ലെ കണ്ണൂർ ജില്ലാ കവിമണ്ഡലത്തിന്റെ ഡോ. അയ്യപ്പപ്പണിക്കർ സ്മാരക പ്രത്യേക കവിതാപുരസ്കാരവും 2008 ലെ രാഷ്ട്രകവി ഗോവിന്ദ പൈ സ്മാരക തുളുനാട് കവിതാപുരസ്കാരവും നേടി.

കൃതികൾ: *പച്ചവറ്റുമ്പൊഴും* (കവിതകൾ), *പാബ്ലോ നെരൂദയുടെ പ്രണയകവിതകൾ* (പരിഭാഷ), *വീ ഷാൽ ഓവർകം* (ലേഖനങ്ങൾ), *വ്യാജസമ്മതിയുടെ നിർമിതി* (ഡോ. ടി എം തോമസ് ഐസക്കിനോടൊപ്പം), *കാണികൾ നമ്മൾ എന്തറിയുന്നു* (മാധ്യമപഠനം).

വിലാസം : ലളിതാ മന്ദിരം
പ്ലാക്കാട്ട് ലെയ്ൻ
തൃശൂർ 680 001

ഫോൺ : 9447060178

e-mail : npchandrasekharan@yahoo.com

സാഫോ (612 - 555 BC)

ഉള്ളടക്കം

പ്രസാധകക്കുറിപ്പ്

എന്തുകൊണ്ട് സാഫോ

കാവ്യലോകത്തിലെ ക്രിസ്തുവായിരുന്നു, ഇരുപത്തിയാറ് ശതാബ്ദങ്ങൾക്കു മുമ്പ് ഗ്രീസിൽ ജീവിച്ച സാഫോ. (Psappho – ശരിയായ രൂപം – 612 - 555 BC) പ്രണയത്തിനും കവിതയ്ക്കുംവേണ്ടി മുൾക്കിരീടവും മരണവും ഏറ്റുവാങ്ങിയ ഭാവനയുടെ അപ്രമേയ ഭാവങ്ങൾ സാഫോ കവിതകളെ അനശ്വരമാക്കുന്നു. 'കലയുടെ പത്താം അധിഷ്ഠാനദേവത, (Muse) എന്ന് പ്ലേറ്റോ വാഴ്ത്തിയ ഈ വിശ്വവിശ്രുതവനിതയുടെ സാമ്യമകന്ന രചനകൾ പ്രണയ തീക്ഷ്ണമായ ജുഗൽബന്ദികളാണ്. *Sappho's Leap* എന്ന വിഖ്യാതനോവലിൽ എറികാ ജോംഗ് (Erica Jong) എന്ന നോവലിസ്റ്റ് സാഫോയുടെ ഐതിഹാസികജീവിതത്തിന്റെ നിഗൂഢതകൾ അനാവരണം ചെയ്യുന്നുണ്ട്. 'ലേഡി ഒഡീസിയസ്' എന്ന് പലരും വിശേഷിപ്പിക്കുന്ന ആ ദുഃഖമൂർത്തിയുടെ ജീവിതത്തെക്കുറിച്ചും കവിതകളെക്കുറിച്ചും പ്രചരിക്കപ്പെട്ട പാശ്ചാത്യമിത്തുകളെ നിഷേധിക്കുന്നതാണ് ഈ നോവൽ.

ലെസ്ബോസ് ദ്വീപിലെ പിറ്റാക്കസ് (Pittacus) എന്ന സ്വേച്ഛാധിപതിയെ എതിർത്തതിനാണ് സാഫോ നാടുകടത്തപ്പെടുന്നത്. നാടുകടത്തുന്നതിനുമുമ്പ് യുവതിയും അതിസുന്ദരിയുമായ സാഫോയെ ഒരു വൃദ്ധനെക്കൊണ്ട് വിവാഹം കഴിപ്പിച്ചു. നാടുകടത്തപ്പെട്ട സാഫോ അനേകം രാജ്യങ്ങളിൽ അലഞ്ഞുനടന്നു. ഭർത്താവും മകളും ഇതിനിടയിൽ മരിച്ചു. ഏകാകിനിയായ ആ പ്രതിഭ ഫെയോൻ എന്ന വഞ്ചിക്കാര

നായ യുവാവിൽ അനുരക്തയായി. തീവ്രമായ ആ അനുരാഗത്തിന്റെ അന്ത്യരംഗം സാഫോയുടെ ആത്മഹനനമായിരുന്നു. പ്രണയത്തെയും മരണത്തെയുംകുറിച്ചുള്ള സാഫോഗീതങ്ങൾ നശിപ്പിക്കപ്പെടുകയായിരുന്നു. മധ്യകാലഘട്ടത്തിൽ പൗരോഹിത്യഭരണകൂടം ആ രചനകൾ അഗ്നിക്കിരയാക്കി. പ്ലേറ്റോണിയൻ സമഗ്രാധിപത്യ ഭരണകൂടസങ്കൽപ്പങ്ങളെയും മതാധിഷ്ഠിത സദാചാരങ്ങളെയും നിഷേധിക്കുന്ന സർഗാത്മകതയുടെയും സ്വാതന്ത്ര്യത്തിന്റെയും ചാരുതയാർന്ന ആവിഷ്കാരങ്ങളാണ് സാഫോ ഗീതങ്ങൾ. ഭരണകൂട പ്രത്യയശാസ്ത്രത്തിന്റെ പ്രതിലോമമൂല്യങ്ങൾക്കു കീഴ്പ്പെടാത്ത പ്രതിഭാശാലിയായിരുന്നതുകൊണ്ടാണ് സാഫോയെ സമൂഹം അപകീർത്തിപ്പെടുത്തിയത്.

ബി സി 4-ാം നൂറ്റാണ്ടിൽ രചിക്കപ്പെട്ട പല നാടകങ്ങളിലും ഹാസ്യകഥാപാത്രമായി സാഫോ ചിത്രീകരിക്കപ്പെട്ടു. പുരുഷന്മാർക്കുമാത്രം പ്രാപ്യമായ ഭാവഗീതരചനയിൽ പെൺപക്ഷത്തുനിന്ന് ഇടപെട്ട കലാപകാരിയായിരുന്നു സാഫോ. പെണ്ണിന്റെ ദൈനംദിന ജീവിതം, തൊഴിൽ, ആചാരങ്ങൾ, വികാരങ്ങൾ എന്നിവയ്ക്കെല്ലാം കവിതയിൽ ഇടം കൊടുത്തത് സാഫോയാണ്. സ്വന്തം മകളായ ക്ലീസിനെക്കുറിച്ച് അവരെഴുതിയ വരികളിതാണ്:

"I have a beautiful daughter, golden
like a flower my beloved Cleis
for her in her place, I would not accept
the whole of Lydia, nor lovely..."

ഇത്തരത്തിൽ അമ്മയും മകളും തമ്മിലുള്ള ബന്ധത്തിന്റെ ഊഷ്മളഭാവങ്ങൾ ആവിഷ്കരിച്ച ഒരു സ്ത്രീക്കെതിരെ നടത്തിയ പുരുഷനിർമിതമിത്തുകളാണ്, സാഫോയെ, ലെസ്ബിയനായി ചിത്രീകരിച്ചത്. സർഗാത്മകമേഖലയിലേക്കുള്ള സ്ത്രീയുടെ രംഗപ്രവേശത്തെ എതിർക്കാൻ പുരുഷാധിപത്യഭരണകൂടം ഉപയോഗിക്കുന്ന പദങ്ങളാണ്, 'രാക്ഷസി', 'അവിഹിത', 'കാമാർത്ത', 'പ്രകൃതിവിരുദ്ധ', 'ലെസ്ബിയൻ' തുടങ്ങിയവ. സ്നേഹത്തെ ലൈംഗികതയിൽ കേന്ദ്രീകരിക്കുന്ന പുരുഷാധിഷ്ഠിത ഭരണകൂടസങ്കൽപ്പത്തെ അതിലംഘിക്കുന്നതാണ് സാഫോയുടെ മനുഷ്യസ്നേഹസങ്കൽപ്പം. ഈ ലിംഗാതീത സ്നേഹസങ്കൽപ്പത്തെ ഉൾക്കൊള്ളാൻ കഴിയാത്ത ലൈംഗികവൽക്കൃതമായ സ്നേഹസങ്കൽപ്പത്തെ ഉൽപ്പാദിപ്പിക്കുന്ന അധികാരകേന്ദ്രങ്ങളാണ്, സാഫോയെ ലെസ്ബിയൻ ആയി ചിത്രീകരിച്ചത്. സ്ത്രീ പുരുഷനെ

മാത്രമേ സ്നേഹിക്കാൻ പാടുള്ളൂവെന്ന പുരുഷകേന്ദ്രിത പ്രണയസങ്കൽപ്പം, സ്ത്രീകൾ തമ്മിൽ സഹവർത്തിക്കുന്നതിനെയും സ്നേഹിക്കുന്നതിനെയും എതിർക്കുന്നു. വിശ്രുത റോമൻ ചരിത്രകാരനായ പ്ലൂട്ടാർക്ക് സാഫോയെ സോക്രട്ടീസിനോടാണ് താരതമ്യം ചെയ്തത്. പ്രാചീന ലോകത്തിലെ ഇതര സ്ത്രീ കവികളായ എറിന്ന, കോറിന്ന, ടെലിസില, നോസിസ്, പ്രാക്സില, മൊയ്റൊ തുടങ്ങിയവരും ഇത്തരം അധിക്ഷേപത്തിനിരയായിരുന്നു. ചരിത്രത്തിൽ നിലനിന്ന വർഗാധിപത്യത്തിന്റെയും അധികാരസ്ഥാപനങ്ങളുടെയും രാഷ്ട്രീയ പരിസരത്തിൽ നിന്നുകൊണ്ടുവേണം സാഫോയുടെ കവിതകളെയും ജീവിതത്തെയും വിലയിരുത്താൻ. മലയാളത്തിൽ ആദ്യമായിട്ടാണ് സാഫോകൃതികൾ പുസ്തകരൂപത്തിൽ വിവർത്തനം ചെയ്യപ്പെടുന്നത്.

കവിയും മാധ്യമപ്രവർത്തകനുമായ എൻ പി ചന്ദ്രശേഖരൻ നിർവഹിച്ച ഈ ദൗത്യം വളരെ അഭിനന്ദനാർഹമാണ്. ചിന്ത പബ്ലിഷേഴ്സ് ഈ ഗ്രന്ഥം അഭിമാനപൂർവം വായനക്കാർക്കായി സമർപ്പിക്കുന്നു.

ചിന്ത പബ്ലിഷേഴ്സ്

അവതാരിക

ആഷാഢസ്യ പ്രഥമ ദിവസേ..

പ്രഭാവർമ്മ

'**ആ**ഷാഢസ്യ പ്രഥമ ദിവസേ' എന്ന് പത്ത് അക്ഷരംകൊണ്ട് *മേഘദൂത*ത്തിൽ കാളിദാസൻ പറഞ്ഞതിനെ 'ആടിപ്പുലർച്ചയിൽ' എന്ന് ആറക്ഷരം കൊണ്ടു മലയാളത്തിലേക്ക് അർഥദീപ്തി മങ്ങാതെ പരിഭാഷപ്പെടുത്തിയ കവി തിരുനല്ലൂർ കരുണാകരന്റെ പരിഭാഷാനൈപുണിയെ വിസ്മയാദരങ്ങളോടെയാണു ഞാൻ എന്നും നോക്കിക്കണ്ടിട്ടുള്ളത്.

ഏതാണ്ട് സമാന വിസ്മയാനുഭവത്തോടെ ഞാൻ വായിച്ചു മടക്കി വെച്ച കൃതിയാണ്. എൻ പി ചന്ദ്രശേഖരന്റെ സാഫോ കവിതാപരിഭാഷ. കാമത്തിന്റെ ദേവതാരൂപമായ ഇറോസിനോട് പറയുന്ന Thou burnest us എന്ന വാക്കുകളെ 'നീ തൊട്ടൂ; ഞാൻ തീനാമ്പായ്' എന്നു വിവർത്തനം ചെയ്തത് ഒരു ഉദാഹരണം. ഇങ്ങനെ എത്രയോ ഉദാഹരണങ്ങൾ!

ഒരു സ്വതന്ത്ര പരിഭാഷാരീതിയാണ് എൻ പി ചന്ദ്രശേഖരൻ പിന്തുടരുന്നത്. നേരത്തേ പാബ്ലോ നെരൂദയുടെ കവിത പരിഭാഷപ്പെടുത്തിയപ്പോഴും ഇതു ശ്രദ്ധേയമായിരുന്നു. ഈ രീതിക്ക് ഒരു മൗലികതയുണ്ട്. അർഥപരാവർത്തനത്തിൽ കൃത്യമായ സൂക്ഷ്മത പുലർത്തിക്കൊണ്ടു തന്നെ ഭാവസന്നിവേശത്തിൽ സ്വന്തം ഭാഷയുടെ സാധ്യതകൾ ഉപയോഗപ്പെടുത്തുന്ന സവിശേഷമായ ഒരു സ്വാതന്ത്ര്യമെടുക്കലാണത്. ഈ പ്രക്രിയയിൽ അൽപ്പംകൊണ്ട് ഏറെ ധ്വനിപ്പിക്കുന്ന ഒരു മാജിക് ഉൾച്ചേർന്നിരിക്കുന്നു. ചന്ദ്രശേഖരൻ അൽപ്പം വാക്കുകൾ മാത്രമുപയോഗിച്ച് മൂലകൃതിയുടെ അർഥത്തെ ഭാവസമഗ്രതയോടെ പരിഭാഷയിലേക്ക് ആവാഹനം ചെയ്തിരിക്കുന്നു എന്നർഥം. ഇതു കാവ്യകലയുമായി ബന്ധപ്പെട്ട കൈയടക്കം നിർബന്ധമായും ആവശ്യപ്പെടുന്ന വിദ്യയാണ്. അതി

നാൽ അനുഗൃഹീതമാണ് ഈ പരിഭാഷ എന്നതുകൊണ്ടുകൂടിയാണ് ഞാൻ തിരുനല്ലൂരിനെ ഓർമിച്ചത്.

ക്രിസ്തുവിന് അഞ്ചാറു നൂറ്റാണ്ടു മുമ്പു ജീവിച്ചിരുന്ന ഒരു കവിയുടെ മനസാണ് കാവ്യസ്ഫുലിംഗങ്ങളായി ഇതിൽ മിന്നിനിൽക്കുന്നത്. പ്രാചീന ഗ്രീസിലെ കവിയായിരുന്നു അവർ. മനസുകൊണ്ടുപോലും നമുക്ക് എത്തിപ്പിടിക്കാനാവാത്ത ഒരുകാലത്ത് അവർ കവിതകൊണ്ടും ജീവിതംകൊണ്ടും കാട്ടിയ ധീരത, സ്വാതന്ത്ര്യവാഞ്ഛ, മൗലികമായ സർഗാത്മകത എന്നിവ ഈ മൂന്നാം സഹസ്രാബ്ദഘട്ടത്തിൽ ജീവിക്കുന്ന നമ്മെ അത്ഭുതപ്പെടുന്ന തരത്തിലുള്ളതാണ്. ഇന്ന്, ആധുനിക സമൂഹം പോലും ഉൾക്കൊള്ളാൻ മടിക്കുന്നതും എന്നാൽ എക്കാലത്തെയും യാഥാർഥ്യമെന്ന് അംഗീകരിക്കുന്നതുമായ ഒരു പ്രണയവിഷയം സാഫോ തീവ്രതയോടെ അന്ന് ആവിഷ്കരിച്ചു. അതിനെ അവരുടെ ജീവിതത്തിന്റെ പ്രകരണത്തിൽ നിന്ന് അടർത്തിമാറ്റി (Decontextualisation) ഒരു സവിശേഷമനോഭാവത്തിന്റെ ഭ്രമാത്മകമായ കൽപ്പനകളായി കാണുകയാണ് ഉചിതം എന്ന് എനിക്ക് തോന്നുന്നു. അതു വായനക്കാരന്റെ സ്വാതന്ത്ര്യം!

ഗ്രീക്ക് കവിത ലോകമെങ്ങുമുള്ള കാവ്യാസ്വാദകരെ എക്കാലവും അനുഭൂതിയുടെ നവോന്മേഷദായകമായ ഭാവമണ്ഡലങ്ങളിലേക്കുയർത്തിയിട്ടുണ്ട്. ആധുനികകാലത്ത് *The Odyssey - A Modern Sequel* എന്ന കൃതിയിലൂടെ *Nikos Kazantzakis* ഉം *I Write You Verses* ലൂടെ *Sarandaris* ഉം ഒക്കെ ചെയ്തത് ക്രിസ്തുവിനുമുമ്പ് അഞ്ചാം നൂറ്റാണ്ടിലോ ആറാം നൂറ്റാണ്ടിലോ മറ്റോ സാഫോ ചെയ്തുവെച്ചതിന്റെ നേർ പിന്തുടർച്ച തന്നെയാണ് എന്നുള്ള തിരിച്ചറിവിലേക്കു നമ്മെ ഉണർത്തിയെടുക്കുന്നുണ്ട് പരിഭാഷയിലൂടെ കൈവരുന്ന ഈ കൃതി.

പാശ്ചാത്യലോകത്തെ ഏറ്റവും ദൈർഘ്യമേറിയതും മഹത്വമേറിയതുമായ സാംസ്കാരികചരിത്രം ഗ്രീസിന് അവകാശപ്പെട്ടതാണ്. ആ പൈതൃകത്തിന്റെ ഭാഗമാണ് സാഫോ അടക്കമുള്ളവരുടെ കൃതികൾ. വൻശക്തികളുടെ അധിനിവേശങ്ങൾ, രണ്ടു ലോകമഹായുദ്ധങ്ങൾ, രണ്ടു ബാൾക്കൻ യുദ്ധങ്ങൾ, ജർമൻ–ഇറ്റാലിയൻ കടന്നാക്രമണങ്ങൾ, ആഭ്യന്തരകലഹങ്ങൾ, പട്ടാള അട്ടിമറികൾ എന്നിങ്ങനെ പല പ്രക്ഷുബ്ധസാഹചര്യങ്ങൾ ഉണ്ടായിട്ടും ആത്മവീര്യം കെടാത്ത ഒരു ജനതയായി ഗ്രീസ് നിൽക്കുന്നു. ഭാഷയുടെയും സംസ്കാരത്തിന്റെയും മൗലികമായ വീര്യവും ശുദ്ധിയും സ്വത്വവും ഉയർത്തിപ്പിടിച്ചുകൊണ്ട് ലോകത്ത്, പ്രത്യേകിച്ച് പടിഞ്ഞാറൻ അർധഗോളത്തിൽ ഇങ്ങനെ രണ്ടാമതൊരു രാജ്യമില്ല; ഒരുപാടു പ്രതികൂലാവസ്ഥകളിലും സ്വന്തം സംസ്കാരത്തെ, സാഹിത്യത്തെ മുറുകെപ്പിടിച്ചുകൊണ്ടുനിൽക്കുന്ന ജനത! ഇത്തരത്തിലുള്ള ആത്മബലം ആ ജനതയ്ക്കുണ്ടാക്കിക്കൊടുക്കുന്നതിൽ സാഫോയെപ്പോലുള്ളവർ വഹിച്ച പങ്ക് ഓർമിക്കാൻ കൂടി അവസരമേകുന്നു ഈ കൃതി.

സാഫോയുടെ ചില കവിതാശകലങ്ങൾ മാത്രമേ ലഭ്യമായിട്ടുള്ളൂ. നീണ്ട കാലയളവിലെവിടെയോ വെച്ച് അധികാരികളുടെ അപ്രീതിയാൽ തമസ്കരിക്കപ്പെട്ടുപോയ ഏറെ കവിതകളുണ്ടാവാം എന്നതിൽ തർക്കമില്ല. ഗ്രീസിനെ ഇക്കാലമത്രയും അടക്കിഭരിച്ച ആരും പെട്ടെന്ന് അനുവദിച്ചുകൊടുക്കുന്ന വിഷയങ്ങളല്ലല്ലോ സാഫോ കൈകാര്യം ചെയ്തത്.

കുട്ടിയായിരിക്കെത്തന്നെ രാഷ്ട്രീയ അസ്വസ്ഥതകൾമൂലം നാടുവിട്ടുപോകേണ്ടിവന്നു സാഫോയ്ക്ക്. പിന്നെ, പ്രണയബന്ധങ്ങൾ, അവയുടെ തകർച്ചകൾ, പെൺസുഹൃത്തുക്കൾ, അതേചൊല്ലിയുള്ള ആക്ഷേപങ്ങൾ, ഇങ്ങനെ തട്ടും തടവുമായാണ് ആ ജീവിതം നീങ്ങിയത്. ഒരു പുരാവൃത്തം വിശ്വസിക്കാമെങ്കിൽ, നിരാകരിക്കപ്പെട്ട ഒരു പ്രണയത്തിനുള്ള വിലയായി തന്നെത്തന്നെ കടലിലേക്കു വലിച്ചെറിഞ്ഞു ജീവിതം അവസാനിപ്പിക്കുകയായിരുന്നുവത്രേ, സാഫോ. എന്തായാലും എല്ലാം മുപ്പതുവയസിനുള്ളിൽ കഴിഞ്ഞു.

മുപ്പതുവർഷങ്ങളിലായി അവർ സ്വന്തം സ്വത്വത്തെ കവിതയിലൂടെ അന്വേഷിക്കുകയായിരുന്നിരിക്കണം. ജീവിതത്തെ കവിതകൊണ്ടു തിരുത്തുകയായിരുന്നിരിക്കണം. അതിന്റെ സൂചനകൾ ആ കവിതകൾ ധാരാളമായി തരുന്നുണ്ട്. ജീവിതത്തിൽ മതാചാരങ്ങൾ കൃത്യമായി പാലിക്കാൻ നിർബന്ധിതയായ അവർ കവിതകളിലെവിടെയും ആ വശം നിഴലായിപ്പോലും അവതരിപ്പിക്കുന്നില്ല. ഉൽപ്പതിഷ്ണുത്വം നിറഞ്ഞ ഒരു സ്വാതന്ത്ര്യവാഞ്ഛ അവരിൽ നിറഞ്ഞുനിന്നു. അത് അവരെ ധീരയാക്കി; ധീരത ആവശ്യപ്പെടുന്ന കാവ്യവിഷയങ്ങളിലേക്കു നയിച്ചു. സാഫോയുടെ വ്യക്തിത്വത്തിന്റെ മനഃശാസ്ത്രവശങ്ങൾ പ്രതിഫലിക്കുന്നുണ്ട് അവരുടെ പല കവിതകളിലും. ആ മനസ്സ് ഒപ്പിയെടുക്കുന്ന മട്ടിൽത്തന്നെ കവിതയിലൂടെ ചെന്ന് സാഫോയെ പകർത്തിയെടുക്കാൻ ഈ പരിഭാഷയിലൂടെ എൻ പി ചന്ദ്രശേഖരനു സാധിക്കുന്നു.

തുടർച്ചയായ പ്രണയനിരാസങ്ങളുടെ നീണ്ട കയ്പൻ ദിവസങ്ങളിൽ ഒരു സ്വകാര്യമാധുര്യമായി സാഫോ കണ്ടെത്തിയതാവുമോ അവരുടെ പെൺസുഹൃത്തിനെ. അവരുമായി മനസു പങ്കുവയ്ക്കുന്ന കവിതകൾ ഏറെയാണ്. അതിലൊക്കെ പ്രതിഭയുടെ മിന്നലാട്ടങ്ങൾ നമ്മുടെ മനസിനെയും പ്രജ്ഞയെയും ഒരുപോലെ പിടിച്ചുലയ്ക്കുന്ന വിധത്തിൽ ഉണർന്നു നിൽക്കുന്നതായി കാണാം. ആ മിന്നലാട്ടങ്ങളെ മലയാളത്തിന്റെ ചെപ്പിലേക്കു സ്വാംശീകരിച്ച് അവതരിപ്പിക്കുകയാണ് ചന്ദ്രശേഖരൻ. സ്വാംശീകരിക്കുമ്പോൾ പൊലിയാനിടയുള്ള നാളങ്ങളാണിവ. എന്നാൽ, തെളിച്ചത്തോടെതന്നെ അതു ചന്ദ്രശേഖരന്റെ മനസിന്റെയും വാക്കിന്റെയും തിരിത്തുമ്പിൽ വന്നു വിളങ്ങിനിൽക്കുന്നു.

ചന്ദ്രശേഖരനു സ്വന്തമായ ഒരു പദാവലിയും (diction) പദസന്നിവേശരീതിയും പദചേരുവാരീതിയുമുണ്ട്. ചന്ദ്രശേഖരന്റെ കവിതകളിലെ ഭാഷയെ ആധുനികമാക്കുന്ന ഘടകം അതാണ്. ആ ഘടകം പരിഭാഷാകൃതിയിലും ഭാഷാപരമായ ഉണർവു പകരുംവിധം പ്രവർത്തിക്കുന്നതായി കാണാം. ഇതാ നോക്കൂ:

"വരണം
എന്നെത്തിരഞ്ഞു
നീ പോരണം.
തരണമോമനേ!
സാന്ത്വനം മോചനം.
പൊരുതണം
നമ്മളൊന്നുചേർ-
ന്നീ രണം.
അറിയണം,
ഇതു നീ, യതെൻ
ജീവനം."

മലയാളത്തിന്റെ താളത്തിലേക്ക്, ഈണത്തിലേക്ക് സാഫോ കവിതയെ പകർന്നുവെക്കാൻ ചന്ദ്രശേഖരനു ശ്രമം ആവശ്യമില്ല. അനായാസമായി കഴിയുന്ന ഒരു കാര്യമാണത് അദ്ദേഹത്തെ സംബന്ധിച്ചിടത്തോളം. ഈ കവിതകൾ അനുവാചകന്റെ മനസുമായി പെട്ടെന്നു ചങ്ങാത്തത്തിലാവും. അത് ഈ അനായാസതയുടെയും നൈസർഗികതയുടെയും ഫലമാണ്. പരിഭാഷപ്പെടുത്തപ്പെടുന്ന വ്യക്തിക്കും പരിഭാഷ ചെയ്യുന്ന വ്യക്തിക്കുമിടയിൽ ഒരു സമാനഹൃദയത്വം (same wavelength) ഉണ്ടാവണം. സാഫോയ്ക്കും ചന്ദ്രശേഖരനുമിടയിലതുണ്ട് എന്നതുകൊണ്ടുതന്നെയാവണം ഇത്രമേൽ സ്വീകാര്യമായി ഈ പരിഭാഷാകൃതി മാറുന്നത്. ഇവിടെ മൊഴിമാറ്റം നടക്കുന്നത് ഒരു ഭാഷയിൽ നിന്നു മറ്റൊന്നിലേക്കല്ല, മറിച്ച് ഒരു മനസിൽനിന്നു മറ്റൊരു മനസിലേക്കാണ്. വിവർത്തനം ഉൽകൃഷ്ടമാവുന്നത് ഈ വിധത്തിലാവുമ്പോൾ മാത്രമാണു താനും.

പ്രണയം

തെരുവാണിഭക്കാരൻ

പ്രണയം,
പെരും നോവിൻ
തെരുവാണിഭ-
ക്കാരൻ.

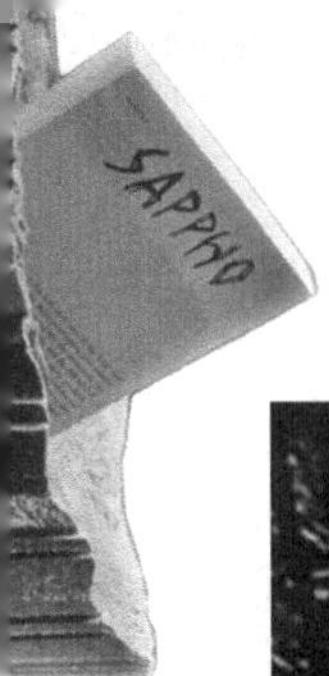

സ്വർഗഭ്രഷ്ടൻ

പ്രണയം,
ദിവ്യത്വത്തിൻ
പരിവേഷങ്ങൾ നീക്കി
വരുന്നോൻ,
സ്വർഗഭ്രഷ്ടൻ

ചൂളമരക്കൂട്ടംപോലെ

വന്മലയിൽ
കൊടുങ്കാറ്റിൽ
ചൂളമരക്കൂട്ടം
പോലെ;

എൻ ഹൃദന്തം
പ്രകമ്പനം
കൊണ്ടു
പ്രേമത്താൽ.

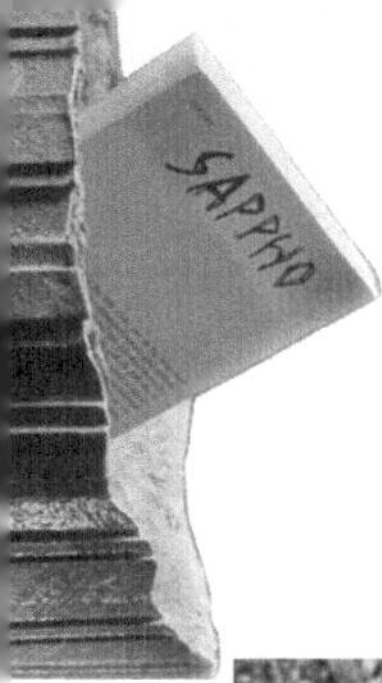

പിന്നെയും പ്രേമം

പിന്നെയും
ഇതാ പ്രേമം:

സത്തയെ-
ത്തളർത്തുന്നോൻ,
ചിത്തത്തെ-
ത്തകർക്കുന്നോൻ,
മദിരാലയാധിപൻ,
അപ്രതിഹതൻ,
സർപ്പസഞ്ചാരി,
വ്യാളീരൂപൻ.

അവന്റെ
വിഷം തീണ്ടി
വീണു ഞാൻ
വെറും മണ്ണിൽ!

ഞാനൊരു പ്രണയിനി

പട്ടുനൂലുകൾ
കൊണ്ടു
ചിത്രകംബളം
നെയ്യാൻ
വയ്യെനിക്കിനി;
അമ്മേ!

ഞാനൊരു
പ്രണയിനി!

പ്രണയം, നമ്മൾക്ക്

പ്രണയം,
നമ്മൾക്കുള്ള
കൊട്ടാരഭൃത്യൻ
മാത്രം!

മധുരക്കനി

ഒരു തരുവിൻ
മേൽക്കൊമ്പിൽ
തുടുതുടെച്ചോക്കുന്ന
മധുരക്കനിയാണു
നീ, യോമലാളേ!

ഉദ്യാനപാലകർ
കാണാത്ത കൊമ്പിൽ
നിന്നുന്മത്തയൗവനം
തേൻപഴമായി;

അല്ലല്ല, കണ്ടിട്ടും
കൈയെത്താതവർ വിട്ട
ചുണ്ടുതൊടാത്തേൻപഴം
നീ, യോമനേ!

പോവുക

എന്നെ വിട്ടു നീ
പോക, കാമുകാ!
എന്നെ നീ സ്നേഹിച്ചീടുകിൽ.

എന്നിലില്ല നീ
കൈപിടിക്കേണ്ട
സുന്ദരി, നിന്റെ
പ്രേയസി.

പ്രായമേറിയോൾ
ഞാൻ, നിനക്കുള്ള
ജായ വേറെങ്ങോ,
പോവുക!

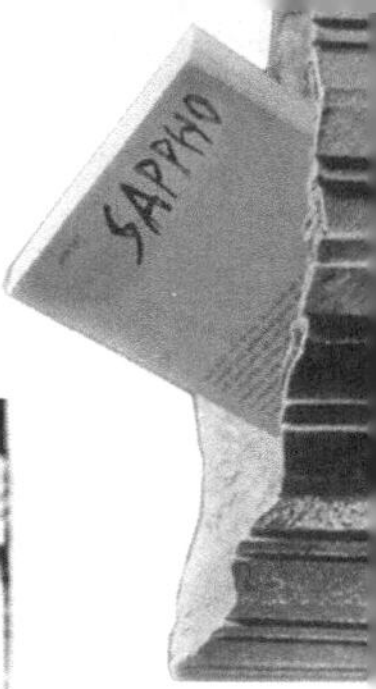

എത്രയോ മുന്നം?

നിന്നെ ഞാൻ
പ്രണയിച്ചു
എത്രയോ മുന്നം?
പ്രിയാ;

എൻമുന്നിൽ
കിശോരനായ്
നീ വന്ന
കാലം തൊട്ടേ!

ഗാനദിനം

ഈ ദിവസം
ഗാനദിനം.

ഇതു നിങ്ങൾ
ഘോഷിപ്പിൻ:

ഈ ദിവസം
ഗാനദിനം!

നിങ്ങൾക്കായ്,
വിങ്ങുന്ന
നിങ്ങളുടെ
മനസ്സുകളിൽ

സന്തോഷം
പകരാനായ്,
പാടും ഞാൻ:

"ഈ ദിവസം
മധുരതരം
സഖിമാരേ!"

ഈ ദിവസം
ഗാനദിനം!

മണവാളാ!

മണവാളാ! വാഴ്ത്ത-
പ്പെടുന്നവൻ നീ, നിൻ
മനോഗതംപോലെ
നിനക്കു മാംഗല്യം;

മണവാട്ടിയായ് നിൻ
സവിധത്തിലെത്തി,
മനസ്സുകൊണ്ടു നീ
കൊതിച്ചവൾ പണ്ടേ!

രതി

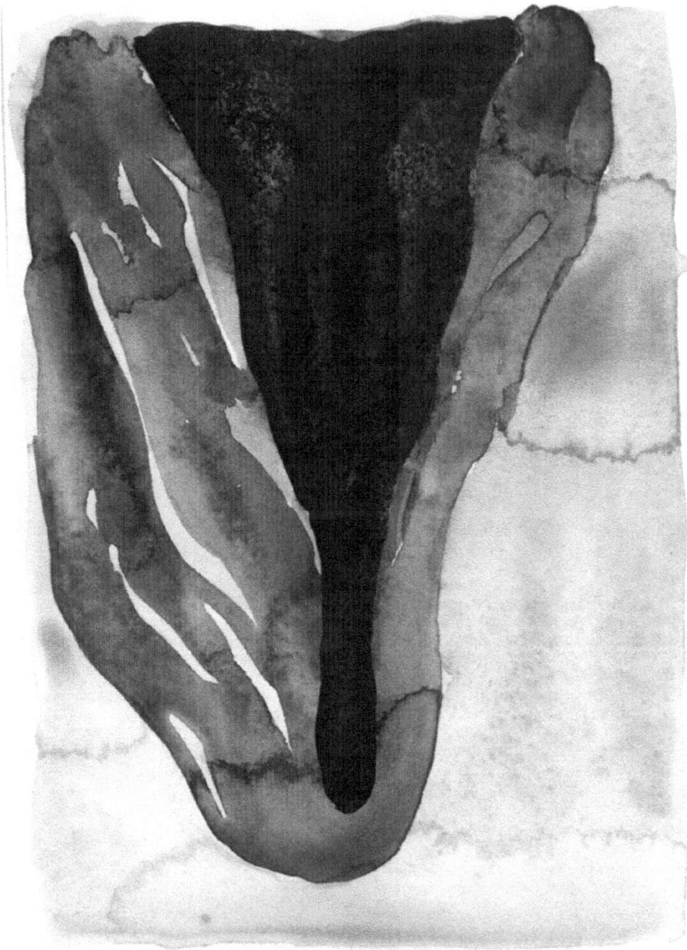

ഇതു നിന്റെയിടം

അറിയുക സഖീ!
ഇതു നിന്റെയിടം
അതിനാൽ നീ നിന്റെ
തടം വെടിയുക

ഇവിടെയെപ്പൊഴും
വനികകൾ നിന്നെ

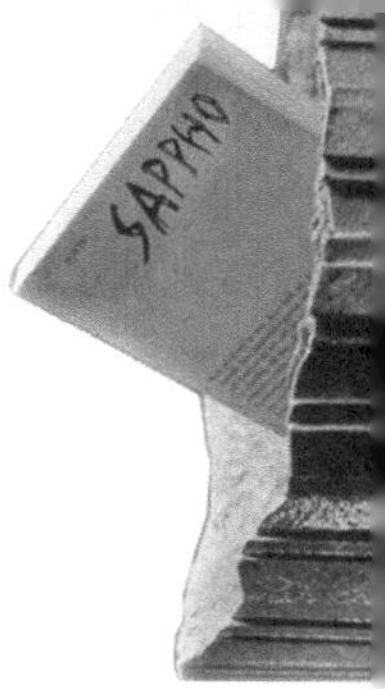

വിളിക്കുന്നു കുളിർ-
ക്കുടിലുകൾ നീട്ടി.

ഇവിടെയുണ്ടകിൽ
പുകയും മേടുകൾ,
അതു പറയുവാൻ
വരുന്ന കാറ്റുകൾ;

വസന്തപുഷ്പങ്ങൾ
വിരിയും കാടുകൾ,
ചുരമാന്തി നീളേ
മദിക്കുമശ്വങ്ങൾ.

ഇവിടെ മാതള
വനങ്ങളിലൂടെ
പുഴകൾ മേയുന്നൂ
തണുവുകൾ തേടി.

ഇതാ, ഋതുമതി,
ഒരു പനീർച്ചെടി
ഇളയെപ്പുൽകുന്നു
നിഴൽക്കൈകൾ നീട്ടി.

ഇലകളൊക്കെയും
മരങ്ങളെ വിട്ടു
ശിശിരനിദ്രയിൽ-
പ്പുണർന്നു വീഴുന്നു!

രതി ദേവീ, റാണീ,
വരൂ ഞങ്ങൾക്കിടെ-
യതിവിവശയായ്
വിളിക്കയാണിവൾ:

"മധുവൊഴിഞ്ഞൊരീ
സുവർണപാത്രങ്ങൾ
പ്രണയംകൊണ്ടു
നീ നിറയ്ക്കുക ദേവീ!"

ഈ രണം

വരണം
എന്നെത്തിരഞ്ഞു
നീ പോരണം.

തരണമോമനേ!
സാന്ത്വനം
മോചനം.

പൊരുതണം
നമ്മളൊന്നുചേർ–
ന്നീ രണം.

അറിയണം
ഇതു നീ, യതെൻ
ജീവനം!

ദേവികപോലെ

യക്ഷിക്കഥയിലെ
ഗ്രാമം നൽകിയ

ചിത്രാങ്കിതമാം
പാദുകയുഗ്മം

സ്വപ്നം പോലെ
തിളങ്ങും കാലിൽ

വന്നാൾ അവൾ
ഒരു ദേവികപോലേ.

മുഖപടം നീക്കുക

ഒന്നെണീക്കുക,
നീയെന്നെ
നോക്കുക;

ഒന്നിനി നാം
മുഖാമുഖം
നിൽക്കുക;

സുന്ദരീ,
നിൻ മുഖപടം
നീക്കുക;

നിൻ മിഴിച്ചന്തം
എന്റെതാ-
ക്കീടുക.

വന്നു നീ

വന്നു നീ,
നിന്റെ പേരിൽ ഉന്മാദി-
യായലഞ്ഞു
ഞാനെപ്പൊഴും;

കാമനകൊണ്ടു
കത്തുമെന്നുള്ളം
കാമിനീ
തണുപ്പിച്ചു നീ.

നീ തൊട്ടു.....

നീ തൊട്ടു;
ഞാൻ
തീനാമ്പായ്!

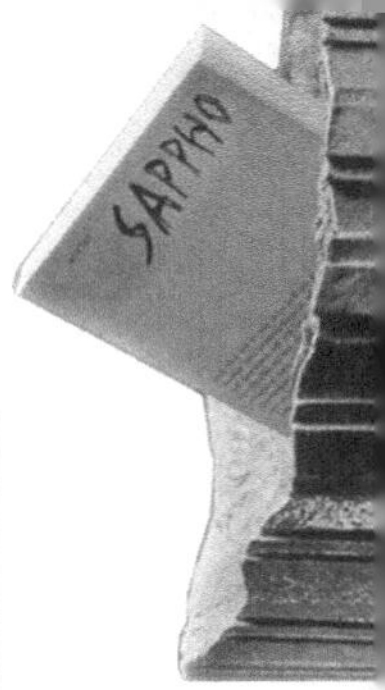

കിന്നരമേ

കിന്നരമേ!
കിന്നരമേ!
വന്നാലും നീ;

സ്വർഗത്തിൽ
നിന്നുള്ള
സമ്മാനം നീ.

വാർന്നാലും
കാതിൽ നീ
കിന്നാരങ്ങൾ;

ചേർത്താലും
അതിൽ നിറയെ-
പ്പുന്നാരങ്ങൾ.

രതിദേവതയോട്

രതിദേവതേ!

നീയും
പെണ്ണല്ലേ?

നീയെന്തെന്നെ-
ച്ചാർത്തുന്നു
മുറിവുകൾ;

നോവിനാൽ,
ഖേദത്തിനാൽ?

രതിക്ക് ഒരു ഗീതം

രതി ദേവീ! നിന്റെ
ഇരിപ്പിടം നാനാ
മനോവിചാരങ്ങൾ!

സുരപതിയുടെ
മകൾ നീ, മാന്ത്രിക,
മരണമില്ലാത്തോൾ!

രതി ദേവീ; സ്ത്രീയേ!
‘വെറുന്നനെ’കളിൽ
എറിഞ്ഞിടായ്കെന്നെ.

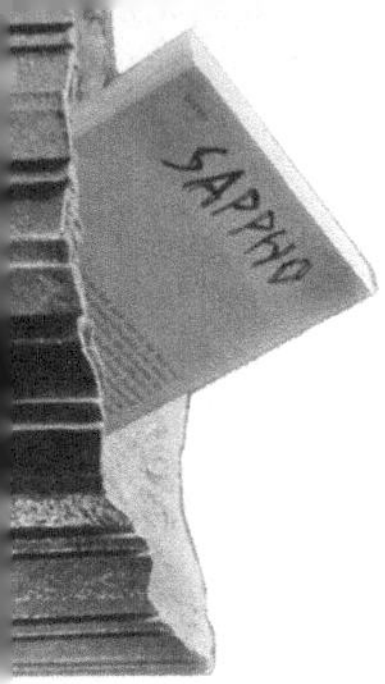

നീ തൊട്ടു ഞാൻ തീനാമ്പായ്

സാഫോ

നിറയ്ക്കുകെന്നിൽ നീ
കടുത്ത തൃഷ്ണകൾ,
മതിർത്ത മോഹങ്ങൾ.

ഒരിക്കലെന്നുടെ
നിലവിളി കേട്ടി-
ട്ടിറങ്ങി വന്നപോൽ

സുരപതിയുടെ-
യരമന വിട്ടു
വരിക നീ വീണ്ടും.
നിനക്കൊരുങ്ങുന്ന
രഥത്തിനുമുന്നിൽ
പറക്കട്ടെ പ്രാക്കൾ.

ഇരുണ്ടതീ ഭൂമി;
ഇവിടെ ജീവിതം
ശരിക്കുമുദ്ഭ്രാന്തം!

മരണമില്ലാത്ത
മുഖത്തു പുഞ്ചിരി
പരത്തിയെത്തുക.

ഒരു കുറി മാത്രം
ഒരു കുറി – യെന്നെ
വിളിച്ചു ചോദിക്ക:

“പറക പെൺകൊടീ
നിനക്കെന്തേ ദു:ഖം?
വെടിഞ്ഞതാർ നിന്നെ?”

വരം തരിക നീ:
“അകന്നവൾ നിന്റെ
പിറകെയെത്തിടും”

വരം തരിക നീ:
“ത്യജിക്കുവോൾ നിന്നെ
ഭജിക്കുവാൻ വരും”

വരം തരിക നീ:
"തിരസ്കരിച്ചവൾ
പുരസ്കരിച്ചിടും"

രതി ദേവീ! യിവൾ
പറഞ്ഞുതീർക്കട്ടെ
സഹിച്ചതിൻ പൊരുൾ.

വരൂ ദേവീ! എന്നെ
അറിയുക; യെന്റെ
കദനകാരണം
–മരണം പോലെന്നെ
ചുഴന്ന വേദന–
വകഞ്ഞു മാറ്റുക.

ഇതുമാത്രമെന്റെ
ഹൃദയകാമിതം:
രതി! നിൻ കാരുണ്യം.

രതി ദേവീ! ഇനി
ഇവൾക്കൊപ്പം നിൽക്ക
ഒരു വേളയല്ല;

പ്രണയത്തിൻ വഴി
മുഴുവനുമിവൾ
നടന്നു തീർപ്പോളം!

ഇവൾ, പനിമതി

ഇവൾ
–പനിമതി–
നടനമാടുമ്പോൾ,

അതിൽ ലോകം
മതി മറന്നു
നിൽക്കുമ്പോൾ;

മുനിഞ്ഞു
ചുറ്റിലും പതുങ്ങും
താരകൾ;

മുഖം
മറയ്ക്കുന്നു
മുകിൽപ്പടങ്ങളിൽ.

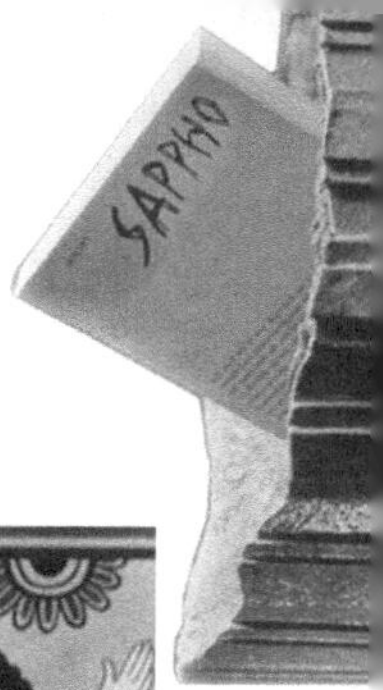

രാപ്പാടി

രാപ്പാടി:
വസന്തത്തിൻ
ദൂതിക;

ഗാനത്തിന്റെ
തേൻ കിണ്ണം
നീട്ടുന്നവൾ.

ഉറക്കം

ഉറക്കം!
കരിനീല-
മിഴിയാൾ;

രാവിൻ
മകൾ.

റോസയ്ക്ക്

സുമകുലറാണിയാളെ
വാഴിക്കുവാൻ
സുരപതിയൊരു
വേള നിനയ്ക്കുകിൽ;

മുകിലൊതുക്കുകൾ
പിന്നിട്ടവൻ വരും
അരിയ റോസയ്ക്കു
ചാർത്തുവാൻ തിരുമുടി!

റോസയെപ്പറ്റി-
യിന്നെന്റെ ഗീതകം:
“ശോഭ പാഴ്ച്ചെടി
വംശത്തിനേറ്റുവോൾ.

റോസ, ഹായ്! റോസ,
പൂക്കൾ തൻ പൂവവൾ
റോസ, ഹായ്! റോസ,
മണ്ണിലെ ദേവിയാൾ.

പുരികുഴലികൾ
പുൽനിരച്ചാർത്തുകൾ
കബരിയിൽത്തിരുകു-
മരിയ മണിയാണവൾ.

അവനി തൻ പ്രേമ-
സമ്മാനമാണവൾ
പ്രണയമണിയുന്ന
മദഗന്ധമാണവൾ.

പിടിയെഴാത്ത നോ-
വുണ്ണുന്ന കാമുകർ
സ്മൃതിയിൽ മുകരുന്ന
വാഗ്ദാനമാണവൾ.

ചഷകമേന്തുന്ന
കാമിനിയാളവൾ
രതി വിടർത്തുന്ന
ചൊടിയിതളാണവൾ.”

വിരഹം

ഏകാകിനി

രജനീരംഗം
വിട്ടൂ
രതിതാന്തനാം
ചന്ദ്രൻ;

മദിരോത്സവം
നിർത്തീ

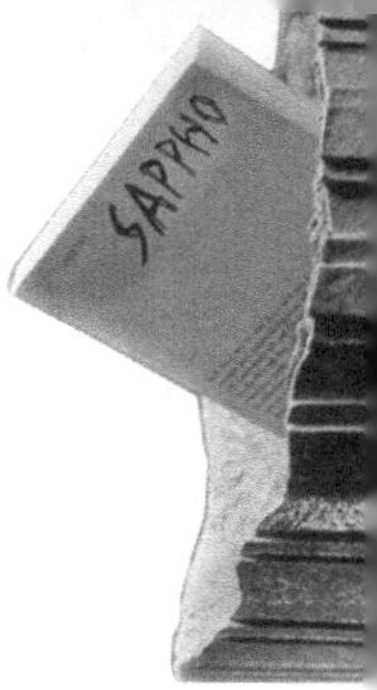

താരകാ-
രമണിമാർ;

ഒരു യാമം
കൂടിപ്പോയ്;
പാതിരാ-
വുറക്കമായ്:

എന്നിട്ടും
ചുളിയാത്ത
മെത്തയിൽ
ഞാ, നൊറ്റയാൾ;

കേവലം
ഏകാകിനി!

മറക്കുകിൽ

എന്നെ
വിട്ടവൾ പോയി.

മരിച്ചു വീഴാൻ
അർഥി–
ച്ചിരുന്നു
ഞാനേകയായ്.

അക്കണ്ണീർ
പറഞ്ഞുവോ?

"പെണ്ണു ഞാൻ,
പരതന്ത്ര;

എങ്ങോ
കുറിക്കപ്പെട്ട-
താവാമീ
വിടവാങ്ങൽ."

എൻ മൗനം
വിടചൊല്ലീ:

"പോവുക,
സന്തോഷിക്ക,

എന്നെ നീ-
യോർമിക്കുകിൽ:

ഓർക്കുക
സ്നേഹിച്ചോളായ്;
സ്നേഹത്താൽ
തകർന്നോളായ്!

എന്നെ നീ
മറക്കുകിൽ:

ഓർക്കുക
നീ ചൂടിയ
നീലപ്പൂ-
ക്കിരീടങ്ങൾ;

കഴുത്തിൽ
നീ ചാർത്തിയ
പനിനീർ-
പ്പൂണാരങ്ങൾ;

നാം താളം
പകരാതെ
പാട്ടുകൾ
പൊന്താക്കാലം,

50 നീ തൊട്ടു ഞാൻ തീനാമ്പായ്

സാഫോ

നാം പാടും
പാട്ടില്ലാതെ
പൂക്കാല-
മെത്താക്കാലം,

നീ നിന്നെ
നീരാടിച്ച
നീർക്കേളീ
സരസ്സുകൾ;

നീ നിന്നെ
യുറക്കിയ
പൂവണി-
ക്കിടക്കകൾ;

ഓർക്കുക നാം
കാമന്നു നൽകിയ
നൈവേദ്യങ്ങൾ;

ഓർക്കുക
നാം രണ്ടാളും
പങ്കിട്ടൊ-
രൊറ്റപ്പെടൽ!”

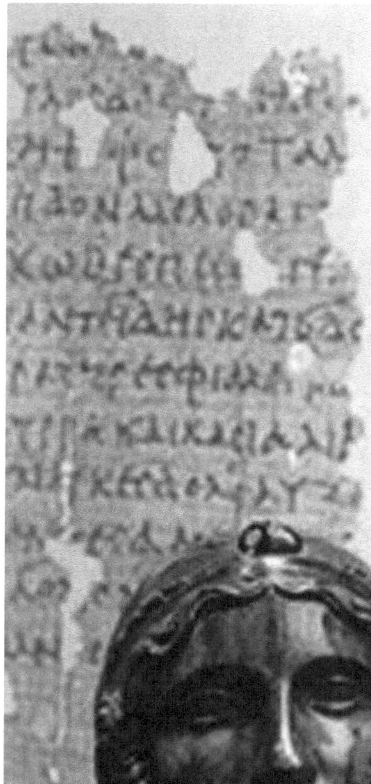

എങ്കിലും.....

എങ്കിലും,
മറന്നു നീ-
യിവളെ!

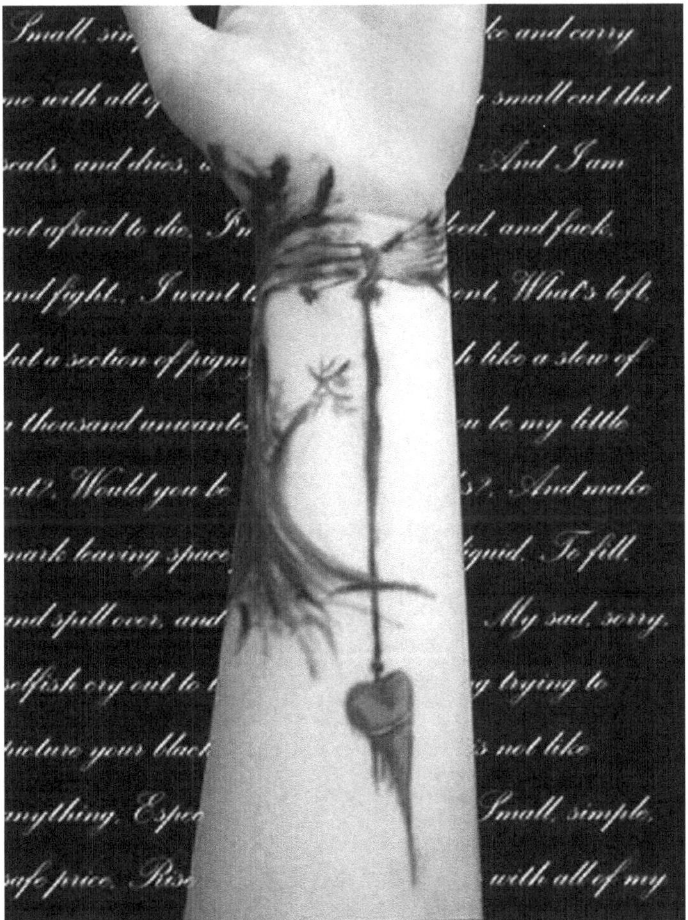

മരിച്ചു ഞാൻ

ഇരിക്കേ
മരിച്ചു ഞാൻ!

എനിക്കില്ലിനി
മധു;

മധു-
മക്ഷികകളും....

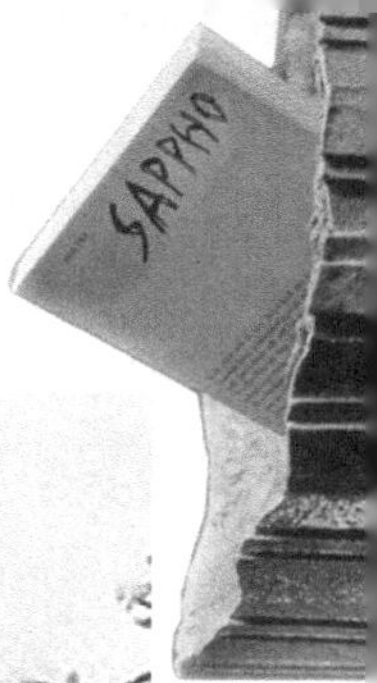

ഓർമകളിൽ

ഓർമകളിൽ....

ഹായ്!
നമ്മുടെ
താരുണ്യാ-
ഘോഷം;

ഓർമകളിൽ
ഒറ്റ ഋതു:

താരുണ്യം,
അതു മാത്രം.

അതിൽ ഒരത്ഭുതം....

അവർ പറയുന്നു,
പഴങ്കഥയിലെ
യവന കന്യയ്ക്ക്
ഒരിക്കൽക്കിട്ടി പോ-
ലൊരു കിളിമുട്ട...
അതിലൊരത്ഭുതം
മറഞ്ഞിരുന്നു പോൽ...

കൊതിച്ച്

കൊതിച്ചു
നിൽക്കുന്നൂ
ഞാൻ

ഇരുന്നി–
രക്കുന്നൂ
ഞാൻ.

എനിക്കാവതില്ലല്ലോ!

എനിക്കാ-
വതില്ലല്ലോ!

ഈ വെറും
കൈകൾ
നീട്ടി;

ദൂര ദൂരമാം
വാനം
തൊടുവാൻ
കൊതി-
ക്കുവാൻ!

അടിമകൾ

വശ്യത്തിൻ
വൈചിത്ര്യങ്ങൾ
നെയ്യുവാൻ
ഒരു ദേവി;

അവൾക്കു
പിമ്പേ പോകാ-
നൊട്ടേറെ-
അടിമകൾ!

അവന്റെ മുന്നിൽ

അഭിമുഖം
നിങ്ങ–
ളിരുന്നു, തങ്ങളിൽ
മറന്നുപോയ പോൽ;
നിമിഷങ്ങൾ പോയി.

മധുരമായെന്തോ
പറഞ്ഞു നീ, യവൻ
മറുപടി നൽകി,
ചിരി പൊഴിച്ചു നീ.
അവനെ നോക്കി ഞാ–

നിരുന്നതേയുള്ളൂ
മൊഴികളെൻ ചുണ്ടി-
ലുറഞ്ഞു നിന്നുപോയ്.

അവനൊരു സുര
തരുണനെന്നു ഞാൻ
സ്വയമറിയാതെ
നിനച്ചിരുന്നുപോയ്.

ഒരു നിമിഷമെൻ
ഹൃദയമീ നെഞ്ചിൽ
കിടു കിടുന്നനെ
തുടിപ്പുകൊണ്ടു പോയ്.

എനിക്കു നാവിലെ
നനവുറഞ്ഞുപോയ്
പനിത്തീച്ചൂടെന്റെ
തനുവറിഞ്ഞു പോയ്.

എനിക്കു കണ്ണുക-
ളണഞ്ഞ പോലെയായ്.
എനിക്കു കാതുക-
ളടഞ്ഞ പോലെയായ്.

കിടുകിടെ വിറ-
ച്ചിവളിരുന്നു പോയ്.
കുടുകുടെ വിയർ-
ത്തിവളൊഴിഞ്ഞു പോയ്.

മരിക്കുവാനിനി
ഞൊടികളെന്നു ഞാൻ
നിനച്ചു, മെയ്നിറം
വെടിഞ്ഞിരുണ്ടു പോയ്!

എന്തിനി....

എന്തിനി
ചെയ്യേണ-
മെന്നറിയുന്നീല;

രണ്ടും പറയുന്നു-
ണ്ടെന്മാനസം!

എന്റെ ആസക്തികൾ

എനിക്കു
പ്രിയങ്കരം
ദേഹത്തി-
ന്നാസക്തികൾ!

ദേഹസ്ഥി-
താസക്തിയും
ദേഹാതീതാ-
സക്തിയും
പകുത്തു
ഞാൻ
വാങ്ങീടും;

രതിയും
മതിയും
പോൽ!

അവിടെയിരുന്നവൾ

അവിടെ-
യിരുന്നവൾ
നമ്മളെ-
യോർക്കുന്നുണ്ടാം:

നീയൊരു
ദേവസ്ത്രീയെ-
ന്നവൾക്കു
തോന്നുംവിധം;

നിന്റെ ഗാനമേ
ഗാനമെന്നവൾ
വാഴ്ത്തും
വിധം;

ഇവിടെ
നാം പങ്കിട്ട
നല്ല ജീവിത-
ത്തിനെ.

അങ്ങ്
സുന്ദരിമാരിൽ
സുന്ദരി-
യവളാകാം;

അന്തിയിൽ
കൗമാരശ്രീ
ചൂടി
വന്നുദിക്കുന്നൊ-

രമ്പിളി
മിന്നുംപോലെ;
താരങ്ങൾ
നാണിക്കുമ്പോൾ.

കടലിൻ
പരപ്പിലും
മഞ്ഞണി-
പ്പൂന്തോപ്പിലും

ഒന്നു പോലവൾ
സ്വന്തം
രശ്മികൾ
പരത്തുന്നു.

നിന്നെയും
സ്മരിച്ചവൾ
വെറുതേ
നടക്കുന്നു.

ആ മനം
കനം തൂങ്ങി-
യാ നെഞ്ചിൽ-
പ്പതയ്ക്കുന്നു.

64 നീ തൊട്ടൂ ഞാൻ തീനാമ്പായ്

സാഫോ

ദൂരെ ദൂരെ
നിന്നവൾ
കാതരം
കരയുന്നു.

ആയിരം കാതാൽക്കേട്ടു
രാത്രിയാ
നിലവിളി

നമ്മളെ–
യകറ്റുന്നൊ–
രാഴിയിൽ
വിതയ്ക്കുന്നു.

നമ്മൾ
അതറിയുന്നു;
നമ്മൾ
അതറിയുന്നു!

പൊയ്പ്പോയവന്

എന്നെ,
എൻ
സ്മരണയെ,
....പ്പോലും
നീ
വെറുത്തല്ലോ!

മറ്റൊരാൾ–
ക്കൊപ്പം
നീയി–
ന്നകന്നു
പൊയ്പ്പോ–
യല്ലോ!

ചിരകന്യക

ചിരകന്യക-
യാണു ഞാൻ;

ഒരു നാളും
അണകെട്ടി-
ത്തടയുവാൻ
വയ്യാത്ത
വനവാഹിനി
ഞാൻ!

കന്യകാത്വത്തിന്

"എന്നിൽ
നിന്നെവിടെപ്പോയ്
എൻ കന്യകാത്വമേ?"

"നിന്നിലേയ്-
ക്കൊരു നാളും
ഞാനില്ലിനി;

നിന്നെ ഞാൻ,
മണവാട്ടീ!
കൈവെടിഞ്ഞു."

വാക്കും ജീവനും

വാക്കുകൾ:

വെറും വെറും
നശ്വര–
നിശ്വാസങ്ങൾ!

ഞാനവ–
യ്ക്കരുളുന്നൂ
ഇങ്ങനെ
ചിരജീവൻ!

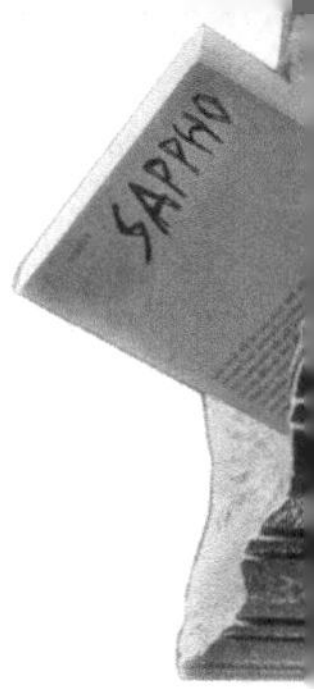

കിളിക്കുഞ്ഞുപോൽ

തത്തി–
പ്പറക്കുന്നൂ
ഞാൻ;

അമ്മയെ–
ക്കാണാ–
ക്കിളി–
ക്കുഞ്ഞു
പോൽ;

ഇ...
... വി
...ടെ
...ങ്ങും.

സന്ധ്യയോട്

സന്ധ്യയുടെ
ദേവാ!

നിന്റെ
മന്ദഹാസം
കനിയുമ്പോൾ;

സ്വന്തം കൂടു
സകലരും
തിരഞ്ഞീടുന്നു;

കഷ്ടദിന–
മകറ്റിയോ–
രടുത്തീടുന്നു.

കൂട്ടം തെറ്റി
മേഞ്ഞു
മേഞ്ഞു

കാട്ടിലേറെ
ദൂരം
പോയൊ–

രാട്ടിൻ കുട്ടി
പറ്റം തേടി–
ത്തിരിച്ചെത്തുന്നൂ;

കൂട്ടുകാരാ–
യേകാകിയെ
വരവേൽക്കുന്നൂ.

സന്ധ്യയുടെ
ദേവാ!

നിന്റെ
മന്ത്രവാദം
ഭൂമിയിലെ–

യമ്മമാർക്കു
കുഞ്ഞുങ്ങളെ–
ത്തിരിച്ചേകുന്നു;

നീ ബന്ധങ്ങൾ തൻ
ദേവനായി
സ്വന്തപ്പെടുന്നു!

മരണം

ഒരു കാലം

ഇതു നിന്റെ
സ്മരണകളിൽ–
പ്പൊലിയുന്നൊരു
കഥയാകാം;

ഇതു നീ
മറക്കുവാൻ
പോവുക–
യാകാം.

പറയട്ടെ–
യെങ്കിലുമിവൾ:

"എന്നെങ്കിലു–
മൊരുകാലം
ഒരു കാലം
ഓർമിക്കപ്പെടു–
മീ നമ്മൾ."

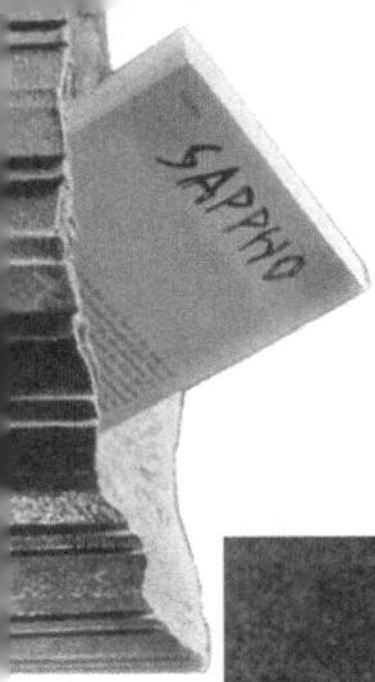

തിരുത്തട്ടെയിവൾ

പറഞ്ഞതാരെന്നു
പറക പ്രിയരേ!

വെറും കരിപോലെ
കറുത്ത ഭൂമിയിൽ;
അഴകെന്നാൽ
സേനാ-
നിരകളാണെന്നും
അവ തരും മഹാ-
ജയങ്ങളാണെന്നും?

ഇവിടെ നിന്നതു
തിരുത്തട്ടെയിവൾ:
“പ്രിയതരം മാത്രം
അഴകെഴുന്നവ!”

സ്മരിക്ക – പണ്ടൊരു
*യവനസുന്ദരി–
യരുമയാം സ്വപ്ന–
നഗരി തേടിപ്പോയ്;
പ്രിയനാം കാന്തനെ,
പ്രിയരാം മക്കളെ
പ്രിയതരമാകും
സ്മരണകൾ വരെ
മറന്നലകടൽ
മുറിച്ചു യാത്രയായ്:

അതു കൊടുംതൃഷ്ണ
നയിച്ചുള്ള യാത്ര!

അവളെപ്പോലിന്നെൻ
പ്രണയിനിയും പോയ്;
അതും കൊടുംതൃഷ്ണ
നയിച്ചുള്ള യാത്ര.

അവളെ, യാ ശ്യാമ–
മുഖത്തെയോർക്കുവൻ
അവളെയാ മന്ദ–
ഗതിയെ, യോർക്കുവൻ.

എനിക്കവൾ പ്രിയ,
രഥങ്ങളെക്കാളും
പടഹത്തെക്കാളും
പടകളെക്കാളും!

---

* ഹെലൻ

ആ ദിനം

വരവായ്
ആ ദിനം!

അതിനാൽ
തോഴരേ!
പ്രിയ–
മെഴുന്നോരേ!

വരിക,
വന്നാലും!

ഇനി....

കലയുടെ ദേവിമാർ
ഇനി വരട്ടെ!

വശ്യതാ ദേവിയു-
മാഹ്ലാദ ദേവിയും
സൗന്ദര്യ ദേവിയും
ഇനി വരട്ടെ!

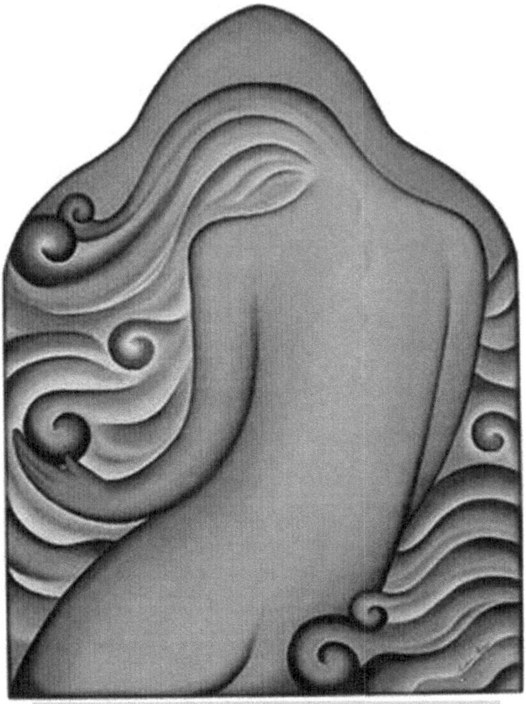

കവിതയില്ലാത്തവൾക്ക്

കാവ്യാധിദേവി തൻ
നൈവേദ്യപുഷ്പങ്ങൾ
ചൂടീല നീ നിന്റെ
നീൾമുടിയിൽ.

നീ മരിക്കേ, നീയും
നിൻ കഥാശേഷവും
നിസ്സാരമായി
നിലംപതിക്കും;

നാമവിഹീനരാം
ഭൂതങ്ങളോടൊപ്പം
താമസിച്ചാലും നീ
നിൻ വിധിയിൽ!

ഉറങ്ങൂ പ്രിയങ്കരീ

ഉറങ്ങൂ, പ്രിയങ്കരീ!
നീയെന്റെ മകൾപ്പൂവ്
നീയൊരു പൊന്നിൻ പ്രാവ്
നിനക്കു പകരം ഞാൻ
കൈവിടും പൊൻപൂക്കാവ്.

ഉറങ്ങൂ പ്രിയങ്കരീ!

"എന്തു ചൂടിടും?" – നിന്റെ
മുന്തിരി മുടിച്ചാർത്തു
മന്ത്രിപ്പൂ വീണ്ടും വീണ്ടും!
പൊറുക്കൂ പ്രിയങ്കരീ....

ഉറങ്ങൂ പ്രിയങ്കരീ!

നിനക്കായ് മെടഞ്ഞീല
ഞാൻ ചിത്ര മുടിനാട;
എന്റെ കുട്ടിക്കാലങ്ങൾ
കൊതിച്ചപോലുള്ളവ.

ഉറങ്ങൂ പ്രിയങ്കരീ!

നിന്റെ മുത്തശ്ശിക്കിഷ്ടം
ചുവന്ന നാടശ്ശീല,
എനിക്കന്നിഷ്ടം പക്ഷേ,
കറുത്ത നൂലിൻനാട.

ഉറങ്ങൂ പ്രിയങ്കരീ!

“പെണ്ണുങ്ങൾ ചൂടേണ്ടത്
വർണ നാടകളല്ല
നല്ല പൂവുകൾ” എന്ന
ചൊല്ലെന്റെ മുടിശ്ശാസ്ത്രം!

ഉറങ്ങൂ പ്രിയങ്കരീ!

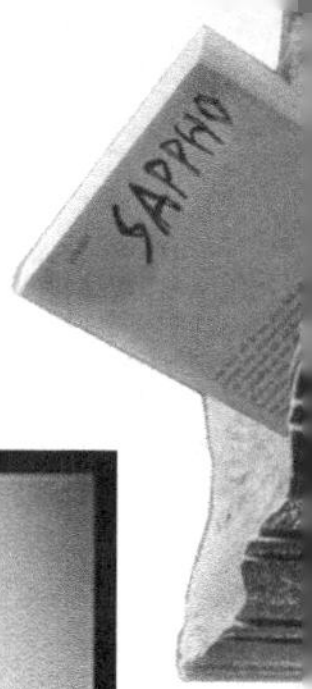

കരയുക

മുറിവുകൾ ചൂടി-
യടിഞ്ഞെൻ മാരൻ
മരണത്തിന്റെ
മടിത്തട്ടിൽ.

പകപോറ്റുന്നൊരു
ദേവന്മാരവർ
പകരുവതേതൊരു
സന്ദേശം!

കരയൂ, കരയിൽ
മുഴുവൻ നിങ്ങൾ
കരയുക, കരയുക
കന്യകളേ!

കരയുക, മാറിൽ-
ത്തല്ലി, ക്കരയുക
മരവുരി കീറി-
ക്കരയുക നാം!

ഓ!

നമ്മൾ
വിലപിക്ക;

അവനു
വേണ്ടി....

മരണം

മരണം
കൊടുംപാപം;

മരിക്കാതിരിക്കുന്ന
ദൈവങ്ങൾ പഠിപ്പിക്കും
സ്വർഗത്തിൻ
മഹാസാക്ഷ്യം:

"മരണം
കൊടുംപാപം!"

നീലക്കുറിഞ്ഞി

ഇടയന്റെ
കാലടി-
പ്പാച്ചിലിൽ-
പ്പെട്ടിതാ

മലയിലെ
നീല-
ക്കുറിഞ്ഞി;
പാവം!

വീണ
പുല്ലിന്നിടെ,
എന്നിട്ടും,
പൂത്തുള്ള

മറ്റൊരു
പൂ പോലാ
കന്യ
മിന്നി!

എന്നും ഞാനുണ്ടാകും

കലയുടെ-
യധിദേവത
മാരെന്നെ

അവരുടെ-
യനുഗാ-
മിനിയാക്കി.

അതുകൊ-
ണ്ടെന്നും
ഞാനുണ്ടാകും

സ്മൃതിയായ്,
മൃതിയിൽ
ലയിച്ചാലും!

പെൺപൊരുളിന്റെ ഗീതങ്ങൾ

എം വി നാരായണൻ

ഇരുപത്താറു നൂറ്റാണ്ടുകൾക്കപ്പുറം ജീവിച്ചിരുന്ന ഒരു സ്ത്രീയുടെ വാക്കുകൾക്ക് ഇന്നും പ്രസക്തിയുണ്ടാകുക എന്നത് തീർച്ചയായും അത്ഭുതകരമായ ഒരു കാര്യമാണ്. ഇതിഹാസങ്ങളെയും പുരാണങ്ങളെയും കാലാതിവർത്തിയാക്കിയ ചില ഘടകങ്ങൾക്ക് — മനുഷ്യാനുഭവത്തിന്റെ ചിരന്തനസ്വരൂപങ്ങൾക്ക് ആവിഷ്കാരമേകാൻ ഉതകുന്ന ചില പ്രകരണങ്ങൾക്ക് — അവ ഇടം കൊടുത്തു എന്നത് തന്നെയാകാം ഈ പ്രസക്തിക്ക് കാരണം. അതേസമയം നൂറ്റാണ്ടുകളോളം വിസ്മൃതിയിലും അനാദരവിലും ഒളിഞ്ഞും തെളിഞ്ഞുമുള്ള നിരോധനങ്ങളിലും പൂണ്ടു കിടന്നിരുന്ന കുറെ കാവ്യശകലങ്ങൾക്ക് ഇന്ന് വീണ്ടും വെളിച്ചവും സ്വീകാര്യതയും ലഭിക്കുന്നു എന്നതിൽ സദാചാരത്തിന്റെയും ധാർമികതയുടെയും ഗതിവിഗതികളും, മാറി മാറി വരുന്ന അഭിരുചികളുടെ ചരിത്രപരമായ മുദ്രണങ്ങളും കാണാവുന്നതാണ്.

കവിഭാവനകൾക്കും കാവ്യാസ്വാദകർക്കും സാഫോ എന്നും ഒരു കാമനാപാത്രമായിരുന്നു എന്നതാണ് സത്യം. ഉൽക്കൃഷ്ടരായ യവനകവികളുടെ ഒന്നാം ശ്രേണിയിൽ ഇടം നേടിയവൾ, പുരാതനകാലത്തെ അറിയപ്പെടുന്ന ചുരുക്കം കവയത്രികളിൽ ഒരുവൾ, കാവ്യഭാഷയിലും ശൈലിയിലും നൂതനമായ വഴികൾ തുറന്നവൾ, എന്നതിനെല്ലാമപ്പുറം, സ്ത്രീക്ക് സ്ത്രീയോടുള്ള അനുരാഗത്തെ ആദ്യമായും, ഒരുപക്ഷേ ഏറ്റവും ഭാവതീവ്രമായും ആവിഷ്കരിച്ച ഒരു സർഗഭാവനയ്ക്ക് ഉടമയുമായിരുന്നു അവർ. അങ്ങനെ, ഒരേസമയം അനുഗ്രഹവും ശാപവുമായിത്തീരും വിധം,

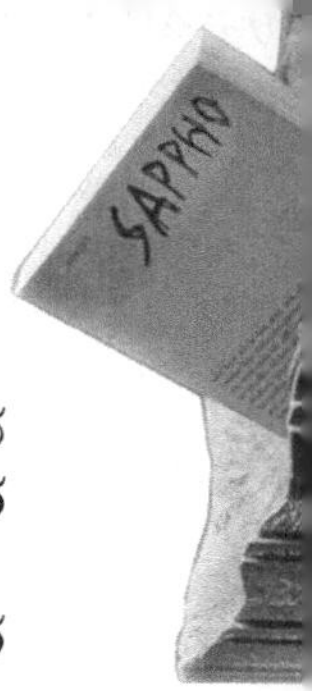

സാഫോയുടെയും അവർ പിറന്ന നാടിന്റെയും — ലെസ്ബോസ് — പേരുകൾ സ്വവർഗാനുരാഗത്തിന്റെ സൂചകവിശേഷണങ്ങൾക്ക് നിദാനങ്ങളായി മാറുകയും ചെയ്തു.

സാഫോയുടെ ജീവിതത്തെക്കുറിച്ച് ഇന്ന് നമുക്കറിയാവുന്നത് വളരെ ശുഷ്കമായ കുറച്ചു വിവരങ്ങൾ മാത്രമാണ്. ക്രിസ്തുവിന് മുമ്പ് ഏഴാം നൂറ്റാണ്ടിന്റെ ഉത്തരാർധത്തിൽ (630നും 610നും ഇടയ്ക്ക്) യവനദ്വീപായ ലെസ്ബോസിൽ ഒരു വ്യാപാരികുടുംബത്തിൽ ജനിക്കുകയും, സമ്പന്നനായ ഒരു കച്ചവടക്കാരന്റെ പത്നിയെന്ന നിലയിൽ പ്രായേണ സുഖലോലുപമായ ഒരു ജീവിതം നയിക്കുകയും ചെയ്ത സാഫോയുടെ യഥാർഥജീവിതവൃത്തി എന്തായിരുന്നു എന്ന് വ്യക്തമല്ല. യവനകാമദേവതയായ അഫ്രോഡിറ്റിയുടെ പൂജാരിണികളിൽ ഒരുവളായിരുന്നു സാഫോ എന്നും, അതിന്റെ ഭാഗമായി, ഒരു ചെറിയ വൃന്ദം യുവതികൾക്ക് സുകുമാരകലകളിൽ പരിശീലനം നൽകുന്നതിന്റെ ചുമതലയുണ്ടായിരുന്നുവെന്നും പല കവിതകളും സൂചന നൽകുന്നു. നെയ്ത്ത്, വസ്ത്ര നിർമാണം, സുകുമാരകലകളുടെ ഉപാസന എന്നിവയോടൊപ്പം അനുഷ്ഠാനപരമായ വേശ്യാവൃത്തിയും പൂജാരിണികളുടെ പ്രവൃത്തികളിൽ അക്കാലത്ത് ഉൾപ്പെട്ടിരുന്നുവെന്ന് പല ചരിത്രകാരന്മാരും നിരീക്ഷിച്ചിട്ടുണ്ട്. അതേസമയം, വിജയിയായ ഒരു മത്സര ഓട്ടക്കാരനെ പരിശീലിപ്പിച്ചതായും ഒരിടത്ത് സാഫോ അവകാശപ്പെടുന്നുണ്ട്.

സാഫോവിന്റെ ജീവിതകാലം ലെസ്ബോസിൽ രാഷ്ട്രീയമായ പ്രക്ഷുബ്ധതയുടെ കാലമായിരുന്നുവെന്നും സ്വകുടുംബത്തിന്റെ രാഷ്ട്രീയപ്രവർത്തനങ്ങളുടെ ഫലമായി കുറച്ചുകാലത്തേക്ക് സഫോ സിസിലിയിലേക്ക് നാടുകടത്തപ്പെട്ടുവെന്നും സമകാലീനമായ ചില രേഖകളിൽ നിന്നും വ്യക്തമാകുന്നു. നാടുകടത്തലിന്റെ ക്ലിഷ്ടതകൾ ഒരു കവിതാശകലത്തിൽ പ്രതിപാദ്യമാകുന്നുണ്ടെങ്കിലും, അതിന് കാരണമായ രാഷ്ട്രീയകാലാവസ്ഥയെ സംബന്ധിച്ച് സഫോയുടെ കവിതകൾ പൊതുവേ മൗനം ദീക്ഷിക്കുന്നു എന്നത് ശ്രദ്ധേയമാണ്. അസാധാരണമാം വിധം സ്വതന്ത്രരും മതസാംസ്കാരികസാമൂഹിക മേഖലകളിൽ പുരുഷന്മാർക്കൊപ്പം വ്യവഹരിച്ചിരുന്നവരുമാണ് അക്കാലത്തെ ലെസ്ബോസിലെ സ്ത്രീകൾ എന്ന വസ്തുത കൂടി പരിഗണിക്കുമ്പോൾ ഈ മൗനത്തിന് മറ്റു ചില മാനങ്ങൾ കൂടി കൈവരുന്നു. തഴച്ചുവളർന്ന ഒരു കാവ്യസംസ്കാരത്തിന്റെ — പ്രത്യേകിച്ച് ഭാവഗീതങ്ങളുടെ — കേന്ദ്രമായിരുന്ന ലെസ്ബോസിൽ സാഫോയെ കൂടാതെ വേറെയും കവയത്രികൾ പലരുമുണ്ടായിരുന്നു എന്നതും അവരും ഈ മൗനത്തിൽ പങ്കുകൊണ്ടു എന്നതും കൂടി കൂട്ടിവാ

യിക്കുമ്പോൾ ആവിഷ്കാരഭൂമികയുടെ ചില കാലികസവിശേഷതകളിലേക്കും, കാവ്യവ്യവഹാരങ്ങളുടെ ലിംഗാധിഷ്ഠിതസ്വഭാവത്തിലേക്കുമാണ് നമ്മുടെ നോട്ടം തിരിയുന്നത്.

സാഫോ കവിതകളുടെ ആദ്യകാലപ്രശസ്തി പരിഗണിക്കുമ്പോൾ, അവയിൽ ഒന്നു മാത്രമേ ഇന്ന് പൂർണരൂപത്തിൽ ലഭ്യമായുള്ളൂ — ബാക്കിയുള്ളവയെല്ലാം ഭാഗികമായ ശകലങ്ങൾ മാത്രമാണ് — എന്നത് അത്ഭുതകരമെന്നു തോന്നാം. ഒരു കാലത്ത് സാഫോ കവിതകളുടെ ഏതാണ്ട് ഒമ്പത് പൂർണ വാല്യങ്ങൾ പ്രചാരത്തിലുണ്ടായിരുന്നു എന്നോർക്കുമ്പോൾ, നൂറ്റാണ്ടുകളിലൂടെയുള്ള അവഗണനയും പ്രകൃതി ദുരന്തങ്ങളും ഇടുങ്ങിയ മനസുകളിൽ നിന്നുയർന്ന നിരോധനാജ്ഞകളും ചേർന്ന് എത്രകണ്ട് നാശം വിതച്ചുവെന്ന് ഊഹിക്കാവുന്നതേയുള്ളൂ. ഒരുപക്ഷേ, ഇവയിൽ ഏറ്റവും വിനാശകരമായത് എ ഡി 380–ാം ആണ്ടിലും 1073–ാം ആണ്ടിലും കത്തോലിക്കാ സഭയുടെ ആഭിമുഖ്യത്തിൽ നടന്ന 'അനഭിമത' ഗ്രന്ഥങ്ങളുടെ തീയിടലായിരുന്നു. പുരാതനമായ അനേകം അമൂല്യ ഗ്രന്ഥങ്ങൾക്കൊപ്പം സാഫോയുടെ കാവ്യശേഖരവും അന്ന് ഏതാണ്ട് പൂർണമായി അഗ്നിക്കിരയാവുകയാണുണ്ടായത്. പിന്നീട്, പത്തൊമ്പതാം നൂറ്റാണ്ടിനൊടുവിൽ നൈൽ നദീതടത്തിൽ നിന്നും ഈജിപ്തിലെ മറ്റു പുരാതനാവശിഷ്ടങ്ങളിൽ നിന്നും കണ്ടെടുത്ത എ ഡി രണ്ടാം നൂറ്റാണ്ടു വരെ പഴക്കമുള്ള ചില കൈയെഴുത്തു പ്രതികളിൽ നിന്നാണ് ഇന്ന് പ്രചാരത്തിലുള്ള സാഫോ പദ്യശകലങ്ങൾ അധികവും ലഭിച്ചിട്ടുള്ളത്.

അടിസ്ഥാനപരമായി, അക്കാലങ്ങളിൽ നിലവിലുണ്ടായിരുന്ന വാചികപാരമ്പര്യത്തിന് അനുസൃതമായി, സാഫോ രചിച്ചത് വിപഞ്ചികയുടെ (lyre) അകമ്പടിയോടെ ആലപിക്കുവാനുള്ള 'വൈപഞ്ചിക'*ങ്ങൾ (lyrics) ആയിരുന്നു. എന്നാൽ സാഫോയുടെ ഗീതങ്ങൾ എല്ലാ അർഥത്തിലും പാരമ്പര്യത്തിന്റെ സ്ഥാപിതമായ വഴികളിൽ നിന്നും മാറി സഞ്ചരിക്കുന്നവയായിരുന്നു. അന്നുവരെയുണ്ടായിരുന്ന വൈപഞ്ചികാവൃത്തത്തിന്റെ ശൈലിയിലും സങ്കേതങ്ങളിലും സംഗീതാത്മകമായ പുതുപരിഷ്കാരങ്ങൾ വരുത്തിയതിലൂടെ വൈപഞ്ചികരചനയിൽ അവർ തനതായ ഒരു ധാര തുറക്കുകയും, ആ കാവ്യപദ്ധതി പിന്നീട് 'സാഫോയുടെ ഛന്ദസ്സ്' (sapphic meter) എന്ന് പ്രഖ്യാതമാവുകയും ചെയ്തു. അതുവരെ ദൈവങ്ങളെയും പ്രഭുക്കളെയും ധീരയോദ്ധാക്കളെയും പ്രകീർത്തിക്കുവാനും, ആഘോഷവേളകൾ അലങ്കരിക്കുവാനും, സഭാതലങ്ങൾ മുഖരിതമാക്കുവാനുമുള്ള മാധ്യമമായിരുന്നു

* Lyric – വൈപഞ്ചികം എന്ന പരിഭാഷയ്ക്ക് ആർ വിശ്വനാഥനോട് കടപ്പാട്.

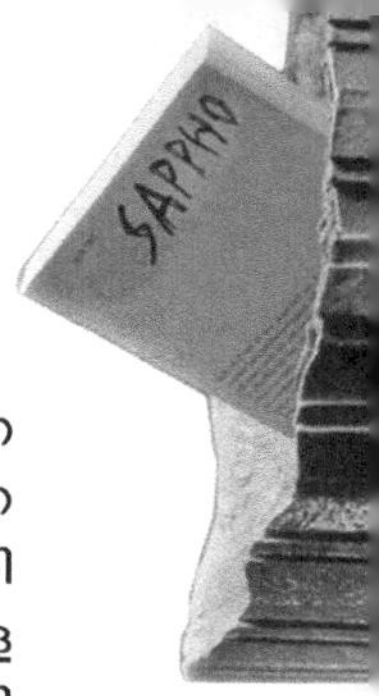

കവിത എന്നുണ്ടെങ്കിൽ, ഭക്തിയുടെയും അധികാരസാധൂകരണത്തിന്റെയും വീരസാഹസികതയുടെയും പരിസരങ്ങളിൽ നിന്ന കന്ന് ഒരു വ്യക്തിയുടെ സ്വാനുഭവം പകർത്താനുള്ള ഉപാധിയായി സാഫോയ്ക്ക് കാവ്യരചന. ഉത്തമപുരുഷവീക്ഷണത്തിലുള്ള കവിതയ്ക്ക് പിറവിയേകുവാനും തന്നെത്തന്നെ പ്രമേയമായി സ്വീകരിക്കുവാനും തന്റെ അനുഭവവും വൈകാരികജീവിതവും കവിതയിലൂടെ പ്രകാശിപ്പിക്കുവാനും ധൈര്യം കാണിച്ച സാഫോയുടെ കവിതകൾ അങ്ങനെ ആത്മാവിഷ്കാരത്തിന്റെ ആദ്യരൂപങ്ങളാവുകയായിരുന്നു. പുറത്തുനിന്നും അകത്തേക്കുള്ള, പൊതുകാര്യത്തിൽ നിന്നും സ്വകാര്യതയിലേക്കുള്ള, ഈ ചുവടുമാറ്റത്തിൽ ആഴത്തിലുള്ള മനുഷ്യവികാരങ്ങൾക്ക് — പ്രത്യേകിച്ച് രതിയുടെയും കാമത്തിന്റെയും വിരഹത്തിന്റെയും വിന്യാസങ്ങൾക്ക് — ചരിത്രത്തിൽ ആദ്യമായി കവിത ആതിഥ്യമരുളുകയായിരുന്നു.

പ്രണയത്തെക്കുറിച്ചു പാടുമ്പോൾ സ്വാഭാവികമായും സാഫോയ്ക്ക് നൂറ് നാവാണ്, അപ്പോൾ ആ വാക്കുകൾക്ക് മറ്റൊന്നിനുമില്ലാത്ത ഒരു പ്രസരിപ്പും ഊർജവുമാണ് കൈവരുന്നത്. പ്രണയം സുഹൃത്തായും എതിരാളിയായും ക്ഷണിക്കപ്പെടാത്ത അതിഥിയായും തന്നെ നിരന്തരം തോൽപ്പിക്കുന്ന ശത്രുവായും ഒക്കെ ആ കവിതകളിൽ അവതരിക്കുന്നു.

പ്രണയത്തെ പ്രണയിക്കുകയും, അതിനോട് കലഹിക്കുകയും, പ്രണയത്തെ തള്ളി മാറ്റുമ്പോൾത്തന്നെ അതിനെ പിടിച്ചടുപ്പിക്കുകയും ചെയ്യുന്ന ഒരു കാതരമനസ്സ് അവയിൽ നിരന്തരം അനാവൃതമാകുന്നു. മറ്റൊരു രീതിയിൽ പറഞ്ഞാൽ, സാഫോയുടെ കവിതകൾ അനുരാഗത്തിന്റെ ഉത്സവങ്ങളും ആസക്തിയുടെ ഗീതങ്ങളുമാണ്.

“നിറയ്ക്കുകെന്നിൽ നീ
കടുത്ത തൃഷ്ണകൾ
മതിർത്ത മോഹങ്ങൾ”
“എനിക്ക് പ്രിയങ്കരം
ദേഹത്തിന്നാസക്തികൾ”
“സത്തയെത്തളർത്തുന്നോൻ
ചിത്തത്തെത്തകർക്കുന്നോൻ
മദിരാലയാധിപൻ
അപ്രതിഹതൻ
സർപ്പസഞ്ചാരി
വ്യാളീരൂപൻ.
അവന്റെ വിഷം തീണ്ടി
വീണൂ ഞാൻ വെറും മണ്ണിൽ”

സാഫോയുടെ കവിതകൾ വൈയക്തികം മാത്രമല്ല, അവ അതിശക്തമായി മതവിശ്വാസനിരപേക്ഷവും വ്യത്യസ്തമായ ഒരു തലത്തിൽ സമകാലികവും കൂടിയാണ്. കാമദേവതയായ അഫ്രൊഡിറ്റിയും ഇതര രതിദേവതകളും ഒഴിച്ചാൽ, പൗരാണികബിംബങ്ങളോ പ്രമേയങ്ങളോ കഥാപാത്രങ്ങളോ അവയിൽ പ്രത്യക്ഷപ്പെടുന്നേയില്ല എന്നു മാത്രമല്ല, അന്നേവരെ യവനകവിതയിൽ അനുവർത്തിച്ചു പോന്നിരുന്ന ഐതിഹാസ്യങ്ങളുടെയും പുരാവൃത്തങ്ങളുടെയും പിൻബലം പറ്റിക്കൊണ്ടുള്ള വ്യവസ്ഥാപിത കാവ്യശൈലിയും അവ തീർത്തും വർജ്ജിക്കുന്നു. തീവ്രമായ പ്രണയവും സംഗീതവും ഇന്ദ്രിയസംബന്ധിയായ ബിംബകൽപ്പനകളും ഒരുമിക്കുന്ന ആ കവിതകളുടെ ഹൃദയം അവയുടെ പ്രത്യക്ഷ ലൈംഗികത തന്നെയാണ്. അനുരാഗത്തിന്റെയും അഭിനിവേശത്തിന്റെയും മോഹത്തിന്റെയും വിരഹത്തിന്റെയും നിരന്തരമനനമായിത്തീരുന്ന അവ സംബോധന ചെയ്യുന്നത് അധികപങ്കും സ്ത്രീകളെയാണ് — സാഫോയുടെ അരികിലേക്ക് സുകുമാരകലകളുടെ പരിശീലനത്തിനായി എത്തിച്ചേരുകയും അവളുടെ പ്രണയത്തിന് പാത്രമായിത്തീരുകയും ചെയ്ത യുവതികൾക്ക് സാഫോ ശിക്ഷണം നൽകി. അവർക്കായി പ്രേമഗീതങ്ങൾ ചമച്ചു. ഒടുവിൽ വിവാഹിതരാകാൻ ലെസ്ബോസ് വിട്ടു പോകുമ്പോൾ ഉള്ളിലൂറുന്ന ദുഃഖത്തോടെ അവരുടെ മംഗല്യഗാനങ്ങളും എഴുതി. പേരെടുത്തു പറഞ്ഞുകൊണ്ട് തന്റെ പ്രേമഭാജനങ്ങളെ സംബോധന ചെയ്യുമ്പോഴും, സാഫോയുടെ ഗീതങ്ങൾ ആത്യന്തികമായി സംബോധന ചെയ്യുന്നത് ഒരാളെ മാത്രമല്ല, സ്ത്രീവർഗത്തെ ഒട്ടാകെയാണ്. സ്ത്രീ സ്ത്രീയോട് സംവദിക്കുന്ന, സ്ത്രീ സ്ത്രീയോട് ഉള്ളു തുറക്കുന്ന ഒരു രഹസ്യഭാഷയാണ് അവയിൽ തുടർച്ചയായി ചുരുളഴിയുന്നത്. പുരുഷനോടുള്ള പ്രണയം പ്രകാശിപ്പിക്കുമ്പോൾപ്പോലും സാഫോ സംസാരിക്കുന്നത് മറ്റു സ്ത്രീകളോടു തന്നെയാണ് എന്ന പ്രതീതി ഉളവാകുന്നുണ്ടെങ്കിൽ അതിൽ തെറ്റില്ല. എന്തെന്നാൽ, പെൺമനസ്സിന്റെ വിഹ്വലതകളും അലിവുകളും അതിന്റെ പുറംകാണാപ്പുറങ്ങളും തന്നോട് തന്നെ മന്ത്രിക്കുമ്പോൾ പെണ്ണ് പെണ്ണിനോട് തന്നെ ഏറ്റു പറയുന്ന ഒരു സ്വരമാണ് അവയ്ക്ക് സ്വാഭാവികമായും കൈവരുന്നത്. സ്ത്രീയുടെ ആന്തരികജീവിതത്തിന് വാക്കും ഈണവുമേകുന്ന ഈ ഒരു പ്രമേയപ്പകർച്ചയുടെ പരിസരത്തിൽ വേണ്ടിവരും മുന്നേ സൂചിപ്പിച്ച രാഷ്ട്രീയാന്തരീക്ഷത്തെ സംബന്ധിക്കുന്ന മൗനത്തെ വായിച്ചെടുക്കാൻ. രാഷ്ട്രീയം എന്നും പുരുഷന്റെ കളിയരങ്ങായിരുന്നുവെങ്കിൽ, ആ പ(ു)രുഷ ലോകത്തോട് പുറം തിരിഞ്ഞു നിൽക്കുന്ന, അവന്റെ അധികാരവ്യവസ്ഥകളോടും

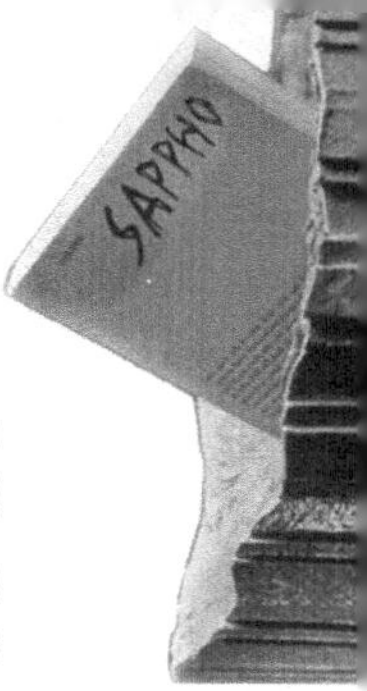

ലോകവീക്ഷണങ്ങളോടും യുദ്ധസന്നാഹങ്ങളോടുമെല്ലാം വിപ്രതിപത്തിയാണ്ട്, സ്ത്രീയുടേതായ ഒരു ആന്തരികലോകത്തിലേക്ക് വാശിയോടെ മടങ്ങുന്ന — അവിടെ അവൾക്ക് കൂട്ടാളികളായുള്ളതും മറ്റു സ്ത്രീകൾ തന്നെ — ഒരു പ്രക്രിയ സാഫോയുടെ കവിതകളിൽ നിരന്തരം കാണാം. ഒരർഥത്തിൽ സ്ത്രീകൾ മാത്രം അധിവസിക്കുന്ന ആ സ്വപ്നലോകത്തിലേക്ക് സാഫോ എല്ലാ സത്യത്തെയും സൗന്ദര്യത്തെയും ആവഹിക്കുകയാണ് ചെയ്തത്.

“ഈ ഇരുണ്ട ഭൂവിലെ ഏറ്റവും സുന്ദരമായ ദൃശ്യം
ഒരു പറ്റം കുതിരപ്പടയാളികളാണെന്ന് ചിലർ പറയുന്നു
മറ്റു ചിലരോതുന്നു അതൊരു പറ്റം കലാൾപ്പടയാളികളാണെന്ന്
വേറെ ചിലർക്കാകട്ടെ അതൊരു പറ്റം കപ്പലുകളാണ്
പക്ഷേ, എനിക്ക് അതെന്റെ പ്രിയതമ മാത്രമാണ്”

സ്ത്രീ സ്ത്രീയിൽ വിലയം പ്രാപിക്കുന്ന ഈ അവസ്ഥ പുരുഷ കേന്ദ്രീകൃതവ്യവസ്ഥയുടെ വിമർശനവും അതിൽ നിന്നുമുള്ള വിടുതലുമായിത്തീരുന്നു. പുരുഷന് പ്രവേശനമില്ലാത്ത ഒരു കൂട്ടായ്മ തീർക്കുന്നതിലൂടെ, അവന് അന്യമായ ഒരു പ്രണയലോകം കെട്ടിപ്പടുക്കുന്നതിലൂടെ, സ്ത്രീസ്വത്വത്തിന്റെ കടുത്ത നിറക്കൂട്ടുകളാണ് സാഫോയുടെ കവിതകളിൽ അനാച്ഛാദിതമാകുന്നത്. അങ്ങനെ അവ അകപ്പൊരുളിന്റേതെന്നപോലെ പെൺപൊരുളിന്റെയും കവിതകളായിത്തീരുന്നു.

പുരാതനകാലങ്ങളിൽ സാഫോയ്ക്ക് ലഭിച്ചിരുന്നത് അത്യാദരങ്ങളായിരുന്നു എന്നതിന് തെളിവുകൾ ഏറെയാണ്. ഉത്തമകവികളിൽ ഒരാളായും, പലപ്പോഴും ഏറ്റവും ശ്രേഷ്ഠയായ വൈപഞ്ചികാകാരിയായും, കരുതപ്പെട്ട സാഫോ ഹോമറിന് സമശീർഷയായാണ് പരിഗണിക്കപ്പെട്ടിരുന്നത്. ഒരു കവി എന്നതിൽ നിന്നും ഒരു കാവ്യദേവതയായി പ്ലേറ്റോ അവളെ ഉയർത്തിയപ്പോൾ, ഭക്ത്യാദരങ്ങൾ അർഹിക്കുന്നവയാണ് അവളുടെ കവിതകൾ എന്നായിരുന്നു ഹോറസിന്റെ മതം. ഓവിഡ് മുതലായ മറ്റു കവികളും ആദരവോടെ മാത്രമാണ് സാഫോയെ സമീപിച്ചിരുന്നത് എന്ന് അവരുടെ കവിതകളിൽ സാഫോയിൽ നിന്നും സ്വീകരിച്ചിട്ടുള്ള പ്രയോഗങ്ങളും ഉദ്ധരണികളും ഉദാഹരിക്കുന്നു. ഇതിലെല്ലാം ഉപരിയായി, യവനഭാഷാപഠനത്തിനായുള്ള പാഠ്യപുസ്തകങ്ങളിലും വ്യാകരണഗ്രന്ഥങ്ങളിലും സാഫോയുടെ വരികൾ ആവർത്തിച്ച് പ്രത്യക്ഷപ്പെടുന്നതിൽ നിന്നും പുരാതനയവനസംസ്കാരത്തിൽ ഏതു തരത്തിലുള്ള അംഗീകാരമാണ് സാഫോയ്ക്ക് ലഭിച്ചിരുന്നത് എന്ന് സുവ്യക്തമാണ്.

സാഫോയുടെ കാലത്തും അതിനുതൊട്ടുള്ള നൂറ്റാണ്ടുകളിലും സ്വവർഗരതിയുടെ പേരിൽ സാഫോയുടെ കവിതകൾ അസ്പൃശ്യമാക്കപ്പെട്ടിരുന്നില്ല എന്ന് മേലുദാഹരിച്ച അംഗീകാരങ്ങളിൽ നിന്നും വെളിവാകുന്നു. ലൈംഗികതയുടെ പേരിലുള്ള വിവാദങ്ങൾ പിന്നീടും പല നൂറ്റാണ്ടുകൾക്ക് ശേഷം — പ്രത്യേകിച്ച് പതിനെട്ടും പത്തൊമ്പതും നൂറ്റാണ്ടുകളിൽ — ആണ് ഉയർന്നത് എന്ന വസ്തുതകൂടി പരിഗണിക്കുമ്പോൾ സ്വവർഗാനുരാഗം ആധുനികകാലത്തെപ്പോലെ പുരാതനകാലങ്ങളിൽ നിഷിദ്ധമായി കണക്കാക്കപ്പെട്ടിരുന്നില്ല എന്ന് വ്യക്തമാകുന്നു. അതേസമയം, മധ്യകാലകത്തോലിക്കാസഭയെ ചൊടിപ്പിച്ചത് ലൈംഗികതയെക്കാളേറെ അഫ്രോഡിറ്റി തുടങ്ങിയ പ്രകൃതിദൈവങ്ങളുടെ ഉപാസനയായിരുന്നുവെന്നും വ്യക്തമാണ്. വിക്ടോറിയൻ കാലഘട്ടത്തിലെ ഇടുങ്ങിയ സദാചാരബോധവും, അണുകുടുംബവ്യവസ്ഥയുടെ സ്ഥാപനത്തോട് ബന്ധപ്പെട്ട് സമാന്തരലൈംഗികതകളെയെല്ലാം അടിച്ചമർത്തുവാനുള്ള പ്രത്യയശാസ്ത്രശ്രമങ്ങളുമാണ് സാഫോയ്ക്ക് ആധുനികകാലത്ത് വിവാദജടിലമായ കുപ്രസിദ്ധി സമ്മാനിച്ചത്. അതോടെ, വസ്തുതകളെയും കവിതകളെയും തീർത്തും വിഗണിക്കുന്ന കുറെ കൽപ്പിതകഥകൾക്കും ഐതിഹ്യങ്ങൾക്കും പ്രചാരം ലഭിക്കുകയും ചെയ്തു. മാത്രമല്ല, ഈ ഐതിഹ്യങ്ങൾക്കനുസൃതമായി ഇല്ലാത്ത കുറെ കവിതാശകലങ്ങൾ ഉണ്ടാക്കുവാനും, ഉള്ളവയിൽ കൃത്രിമമായ കൂട്ടിച്ചേർക്കലുകൾ വരുത്താനുമുള്ള ചില കുത്സിതശ്രമങ്ങളും ഉണ്ടായി. ആ കാലത്തുണ്ടായ പല പരിഭാഷകളിലും വ്യാഖ്യാനങ്ങളിലും ഈ സമീപനത്തിന്റെ സ്വാധീനങ്ങൾ വ്യക്തമായി ഉണ്ടുതാനും. ഒരർഥത്തിൽ, പുരുഷദിവാസ്വപ്നങ്ങളെ പ്രീതിപ്പെടുത്തുന്ന ഒരു സാംസ്കാരികോൽപ്പന്നമായി സാഫോയെ ചിട്ടപ്പെടുത്തിയെടുക്കാനുള്ള ഉദ്യമമാണ് ഈ ശ്രമങ്ങളിലെല്ലാം നമുക്ക് കാണാൻ കഴിയുന്നത്.

എന്നാൽ, ഇരുപതാം നൂറ്റാണ്ടായതോടെ സാഫോ വീണ്ടും പ്രസക്തയാകുന്നത്, പുരുഷകേന്ദ്രീകൃതസാമൂഹ്യവ്യവസ്ഥകളുടെ വിമർശനത്തിന് ശക്തിയാർജിക്കുന്നതും സ്ത്രീപക്ഷചിന്തയിൽ നവീനധാരകൾ വിടരുന്നതും ലിംഗരാഷ്ട്രീയത്തിന്റെ സിദ്ധാന്തസമസ്യകളിൽ പുത്തൻ ദിശകൾ ഉരുത്തിരിയുന്നതുമായി ബന്ധപ്പെട്ടാണ്. സ്ത്രീസ്വാതന്ത്ര്യത്തിന്റെ സിദ്ധാന്തങ്ങളും പ്രസ്ഥാനങ്ങളും കേവലമായ സമത്വചിന്തയിൽ നിന്നും സ്വത്വപരമായ വ്യതിരിക്തതയുടെ ബോധങ്ങളിലേക്ക് വികസിപ്പിച്ചപ്പോൾ, പുരുഷവ്യവഹാരങ്ങളുടെ ചട്ടക്കൂടുകളിലേക്ക് മെരുക്കിയെടുക്കാനാവാത്ത വിധം സ്ത്രീയുടെ അനുഭവങ്ങളും ചിന്തകളും ആവി

ഷ്കാരങ്ങളും അടിസ്ഥാനപരമായി വ്യത്യസ്തമാണ് എന്ന ബോധമാണ് സ്ഥാപിച്ചെടുത്തത്. ഇതിന്റെ ചുവടുപിടിച്ച്, പ്രമേയത്തിലും രൂപത്തിലും ഘടനയിലുമെല്ലാം പുരുഷാധിപത്യവ്യവസ്ഥകളുടെ സംസ്ഥാപനം നിർവഹിക്കുന്ന സാഹിത്യവ്യവഹാരത്തിന്റെ സാമ്പ്രദായികരീതികളിൽനിന്നും വിമുക്തമായി, ഭാഷയുടെയും ഇതിവൃത്തത്തിന്റെയും രൂപപരമായ ഘടനയുടെയും — എന്തിന്, എഴുത്തിന്റെ സമസ്തഘടകങ്ങളുടെയും -- തലത്തിൽ സ്ത്രീസ്വത്വത്തിന്റെ മുദ്രണങ്ങളേന്തുന്ന പെണ്ണെഴുത്തിന്റെ പുതുവഴികൾ കണ്ടെത്താനുള്ള തീവ്രശ്രമങ്ങളും അരങ്ങേറി. ഈയൊരു സന്ദർഭത്തിലാണ് പെണ്ണെഴുത്തിന്റെ പൂർവമാതൃകകളിലൊന്നായി സാഫോയെ പല സ്ത്രീപക്ഷ എഴുത്തുകാരും വിമർശകരും തിരിച്ചറിഞ്ഞത്. ഒരർഥത്തിൽ അതൊരു വീണ്ടെടുക്കലായിരുന്നു. പുതിയതിന്റെ വെളിച്ചത്തിൽ പഴയതിനെ വീണ്ടും കണ്ടെത്തലായിരുന്നു. ആ കണ്ടെത്തലിൽ കാതലായിത്തീർന്നത്, പെണ്ണിന്റെ അവസ്ഥയെക്കുറിച്ചുള്ള സാഫോയുടെ തിരിച്ചറിവുകൾ തന്നെയായിരുന്നു.

“പെണ്ണു ഞാൻ,
പരതന്ത്ര.
എങ്ങോ
കുറിക്കപ്പെട്ടതാവാമീ
വിടവാങ്ങൽ”

പുരുഷനിയന്ത്രിതമായ ലോകത്തിൽ പെണ്ണ് പരാധീനയാണെന്നതും, അവൾക്ക് പൂർണമായ സ്വാതന്ത്ര്യം നിഷേധിക്കപ്പെടുന്നു എന്നതും അന്നേ പോലെ തന്നെ ഇന്നും സംഗതമാണല്ലോ. എന്നാൽ അതേസമയം, ആ പരാധീനതയെ വെല്ലാൻ ഉതകുന്ന പെൺകരുത്തിന്റെ നാദങ്ങളും സാഫോയുടെ ഗീതങ്ങളിൽ വീണ്ടും വീണ്ടും അവതരിക്കുന്നുണ്ട്.

“ചിരകന്യക-
യാണു ഞാൻ;
ഒരു നാളും
അണകെട്ടി-
ത്തടയുവാൻ
വയ്യാത്ത വനവാഹിനി
ഞാൻ!”

കാലത്തേയും പുരുഷനേയും ഒരുപോലെ വെല്ലുവിളിക്കുന്ന ഈ വരികളിൽ മറ്റെന്തിനെക്കാളുമേറെ പെണ്ണായിപ്പിറന്നതിന്റെ ഊറ്റം തന്നെയാണ് തുടിക്കുന്നത്. തടുക്കുവാനോ മെരുക്കുവാനോ കഴിയാത്ത പ്രകൃതിശക്തികളിൽ ഒന്നെന്ന പോലെ ഉറയുന്ന

പെൺകരുത്തിന്റെ ഈ കാഹളത്തിൽ ആധുനിക സ്ത്രീ സ്വന്തം സ്വരം കണ്ടെത്തിയതിലോ, തന്റെ കരുത്തിനെക്കുറിച്ച് ബോധവതിയായ ഒരുവളുടെ ആ സ്വത്വസംഗീതത്തിൽനിന്നും നിരവധി കവയത്രികൾ ഊർജം ആവാഹിച്ചതിലോ, അത്ഭുതം തെല്ലുമില്ല.

അതേസമയം, സാഫോ കവിതകൾ കവിതയുടെ കരുത്തിലൂടെ തന്നെ നമ്മോട് സംവദിക്കുന്നു. അവ തീർക്കുന്ന പ്രകാശലോകങ്ങളും തുറന്നിടുന്ന സ്വപ്നസൗധങ്ങളും പകർന്നുതരുന്ന ഐന്ദ്രിയാനുഭൂതികളും വാക്കിന്റെയും വികാരത്തിന്റെയും ഒരു മഹാപ്രപഞ്ചം തന്നെയാണ് നമുക്കായി തുറന്നുതരുന്നത്. കണ്ണിനെയും കാതിനെയും എന്നുവേണ്ട ഇന്ദ്രിയങ്ങളെയെല്ലാം ത്രസിപ്പിക്കുന്ന കാവ്യബിംബങ്ങളുടെ ഒരു കുത്തൊഴുക്കാണ് പലപ്പോഴും ആ ഗീതങ്ങൾ.

"നിൻ മിഴിച്ചന്തം
എന്റെതാക്കീടുക"
"നീ തൊട്ടൂ;
ഞാൻ തീനാമ്പായ്!"
"ഉറക്കം
കരിനീലമിഴിയാൾ
രാവിൻ മകൾ"
"ഒരു തരുവിൻ മേൽക്കൊമ്പിൽ
തുടുതുടെച്ചോക്കുന്ന
മധുരക്കനിയാണു നീ, യോമലാളേ!"

എന്നിങ്ങനെയുള്ള ബിംബകൽപ്പനകളിൽ, കാലത്തിന്റെയും ദേശത്തിന്റെയും ഭാഷയുടെയും അതിരുകളെയെല്ലാം അപ്രസക്തമാക്കും വിധം, കലർപ്പില്ലാത്ത കവിതാസത്ത തന്നെയാണ് തെളിയുന്നത്.

പ്രണയത്തെപ്പോലെ തന്നെ കവിതയെയും സാഫോ സ്നേഹിച്ചു, അതിനു വേണ്ടി ജീവിച്ചു. കവിതയുടെ കരുത്തിനെക്കുറിച്ച് സാഫോയ്ക്ക് സന്ദേഹങ്ങളേതുമില്ലായിരുന്നു, മർത്യൻ മരിച്ചാലും കവിത മരിക്കുന്നില്ല എന്നു തന്നെ അവൾ വിശ്വസിച്ചു. കവിതയുടെ ശ്വാസമേൽക്കുന്നതോടെ, വാക്കും അമർത്യത കൈവരിക്കുന്നതായി അവൾ കരുതി.

"വാക്കുകൾ
വെറും വെറും
നശ്വര നിശ്വാസങ്ങൾ
ഞാനവയ്ക്കരുളുന്നു
ഇങ്ങനെ
ചിരജീവൻ"

കാലത്തെ തോൽപ്പിക്കുവാനും ജീവിതത്തിന്റെ നശ്വരതയെ മറികടക്കുവാനുമായുള്ള ഒരു അതിജീവനോപാധിയായിത്തന്നെ സാഫോ കവിതയെ കണ്ടത് എത്രയും സത്യമായിരുന്നുവെന്ന് നൂറ്റാണ്ടുകൾക്കപ്പുറം നിന്നുള്ള ആ വാക്കുകൾ ഇന്നും നമ്മെ ഓർമിപ്പിക്കുന്നു.

“കലയുടെയധിദേവതമാരെന്നെ
അവരുടെയനുഗാമിനിയാക്കി
അതുകൊണ്ടെന്നും ഞാനുണ്ടാകും
സ്മൃതിയായ്, മൃതിയിൽ ലയിച്ചാലും”

കലയുടെ പത്താംദേവത

ഡോ. പി എസ് ശ്രീകല

കവിതയുമായി അലിഞ്ഞുചേരുന്ന ഭാവാത്മകത സ്വന്തമായുണ്ടായിരുന്നെങ്കിലും കവികൾക്ക് തന്റെ ആദർശരാഷ്ട്രത്തിലിടമില്ലെന്നു വിധിച്ച ദാർശനികനാണ് പ്ലേറ്റോ. കവികൾ ഉന്മാദികളും കവിതകൾ ജ്വരജൽപ്പനങ്ങളുമാണെന്നായിരുന്നു അദ്ദേഹത്തിന്റെ അഭിപ്രായം. കവികൾ വികാരങ്ങളെ ഉദ്ദീപിപ്പിച്ച് ധർമവിരുദ്ധമായ മാർഗങ്ങളിലേക്ക് തള്ളിവിടുന്നുവെന്ന് ആരോപിച്ച പ്ലേറ്റോ അക്കാലത്ത് അംഗീകരിച്ച എഴുത്തുകാരിയാണ് സാഫോ. അദ്ദേഹമെഴുതി: "ഗ്രീസിന് ദേവതമാർ ഒൻപതാണത്രേ. എത്ര അശ്രദ്ധമാണ് ഈ നിരീക്ഷണം! ലെസ്ബോസിലെ സാഫോയെ ആരും കാണുന്നില്ലേ? ആ കാവ്യദേവതയുൾപ്പെടെ ഗ്രീക്കുദേവതമാർ പത്താണ്."

പ്രാചീന ഗ്രീസിന്റെ വടക്കുകിഴക്കൻ പ്രദേശമായ ലെസ്ബോസിൽ സമ്പന്നമായൊരു കുടുംബത്തിലാണ് സാഫോ ജനിച്ചത്. അവരുടെ ജനനമരണങ്ങളെക്കുറിച്ച് കൃത്യമായ വിവരങ്ങൾ ലഭ്യമല്ല. ബി സി 610 നും 570 നുമിടയിലാണ് സാഫോ ജീവിച്ചിരുന്നതെന്ന് കരുതപ്പെടുന്നു.

ബി സി ആറാം നൂറ്റാണ്ടിൽ ഒരു സാംസ്കാരിക കേന്ദ്രമെന്ന നിലയിൽ ഏറെ പ്രശസ്തമായിരുന്നു ലെസ്ബോസ്. ഐതിഹ്യങ്ങളെ ആസ്പദമാക്കിയും ഭക്തികേന്ദ്രിതമായും സഞ്ചരിച്ചിരുന്ന സാഹിത്യപാരമ്പര്യമാണ് അന്ന് ഗ്രീസിനുണ്ടായിരുന്നത്. സാഫോ ഇതിഹാസപാരമ്പര്യത്തിൽനിന്ന് വഴിമാറി നടന്നു. ഗ്രീക്കുസാഹിത്യത്തെ മനുഷ്യനിലേക്കു നയിച്ചു. വൈയക്തികതലത്തിനു

പ്രാധാന്യം നൽകിയ സാഫോയുടെ കവിതകൾ വൈകാരികാനുഭൂതികളെ ധീരമായും സത്യസന്ധമായും ആവിഷ്കരിച്ചു. ഹോമറുടെ ഇതിഹാസലോകത്തുമാത്രം വിഹരിച്ചിരുന്ന ഗ്രീസിനെ പ്രണയഭരിതമാക്കിയത് സാഫോയാണ്.

'Lyre' എന്ന സംഗീതോപകരണത്തിന്റെ സഹായത്താൽ പാടാൻ കഴിയുന്ന ഗാനങ്ങൾക്ക് അന്ന് ലെസ്ബോസിൽ പ്രചാരമുണ്ടായിരുന്നു. അത്തരം ഗാനങ്ങൾ Lyric (ഭാവഗാനം) എന്ന് അറിയപ്പെടുന്നു. സവിശേഷമായ താളലയസമൃദ്ധിയുള്ള ഭാവഗാനങ്ങൾ രചിക്കുകയും Lyre ഉപയോഗിച്ച് ആലപിക്കുകയും ചെയ്ത സാഫോ സംഗീതത്തിൽ തന്റേതായൊരു മാനം (Meter) സൃഷ്ടിച്ച കവിയാണ്. Sapphoic meter എന്നൊരു പ്രയോഗംതന്നെ അതേത്തുടർന്ന് രൂപപ്പെട്ടു.

സാഫോ ഒരു സ്വവർഗാനുരാഗിയായിരുന്നുവെന്ന പ്രചാരണം പിൽക്കാലത്ത് പ്രബലമായി. (സ്വവർഗാനുരാഗവുമായി ബന്ധപ്പെട്ട സാഫിക് (Sapphic), ലെസ്ബിയൻ (Lesbian) എന്നീ പ്രയോഗങ്ങൾ സാഫോ, ലെസ്ബോസ് എന്നിവയിൽനിന്ന് രൂപപ്പെട്ടതാണ്). തന്റെ കവിതകളിൽ വൈകാരികാനുഭൂതി നിറഞ്ഞുതുളുമ്പുന്ന ഭാഷയിൽ പ്രണയം ആവിഷ്കരിച്ചുവെന്നും അതിൽ സ്ത്രീകളെ സംബോധന ചെയ്തുവെന്നുമുള്ള കാരണത്തിന്റെ പേരിൽ ഒരു സ്ത്രീയെ സ്വവർഗാനുരാഗിയെന്ന് വിശേഷിപ്പിക്കുന്നത് യുക്തിരഹിതമാണ്. ഒന്നു വ്യക്തമാണ്, സാഫോയുടെ കാലത്ത് സ്ത്രീകൾ തമ്മിലുള്ള സൗഹാർദത്തിന് പരിമിതികളുണ്ടായിരുന്നില്ല. പ്രമേയമാവുന്നതെല്ലാം സ്വന്തം അനുഭവങ്ങളും കഥാപാത്രങ്ങൾ സ്വന്തം ജീവിതവുമായി ബന്ധമുള്ള യഥാർഥവ്യക്തികളുമാണ് എന്നത് രചനകളെ വിലയിരുത്തുമ്പോഴുള്ള യാഥാസ്ഥിതികമായ കാഴ്ചപ്പാടാണ്. ഈ സമീപനം സാഫോയുടെ കാലത്തുണ്ടായിരുന്നില്ലെന്നതുകൊണ്ടാണ് സാഫോ ഗ്രീസിന്റെ കാവ്യദേവതയായി വാഴ്ത്തപ്പെട്ടത്. പ്ലേറ്റോയുടെ ശിഷ്യനായ അരിസ്റ്റോട്ടിലിന്റെ കാലത്തുതന്നെ സ്ത്രീകളെ വിലയിരുത്തുന്നതിൽ വിവേചനം പ്രകടമാവുന്നുണ്ട്. സ്ത്രീ നിഷ്ക്രിയമായ കുഴഞ്ഞ മണ്ണും പുരുഷൻ രൂപദായകനായ കർമിയുമാണെന്ന് അരിസ്റ്റോട്ടിൽ വാദിക്കുന്നു. സൃഷ്ടി പൂർത്തീകരിക്കപ്പെടാത്ത പുരുഷനാണ് സ്ത്രീയെന്നും അവൾക്ക് സ്വേച്ഛാശക്തിയോ സ്വതന്ത്രമായ ഭാവമോ ഇല്ലെന്നുമുള്ള അരിസ്റ്റോട്ടിലിന്റെ നിഗമനങ്ങൾ ഓർക്കുക. അവിടെത്തുടങ്ങുന്ന യാഥാസ്ഥിതികത്വം പിൽക്കാലത്ത് എത്രമേൽ പ്രബലമായെന്നതിന് ചരിത്രം സാക്ഷി. എന്തായാലും, സ്ത്രീ

കളെ സംബോധനചെയ്യുന്ന പ്രണയകവിതകളുടെ പേരിൽ സാഫോയെ സ്വവർഗാനുരാഗിയെന്ന് മുദ്രകുത്തുകയും അവരുടെ ഭാവാർദ്രവും കാവ്യാത്മകവുമായ സൃഷ്ടികൾ നശിപ്പിക്കുകയും ചെയ്തത് സാഹിത്യചരിത്രത്തിലെ ക്രൂരമായ വിഡ്ഢിത്തമാണ്.

എ ഡി 380 ൽ ക്രിസ്തുമതവിശ്വാസികൾ സാഫോയുടെ കവിതകൾ കത്തിച്ചു നശിപ്പിച്ചതായി പറയപ്പെടുന്നു. പോപ്പ് ഗ്രിഗറി നസിയാസെന്നിന്റെ നേതൃത്വത്തിൽ നടന്ന ഈ ക്രൂരത എ ഡി 1070 ൽ പോപ്പ് ഗ്രിഗറി ഏഴാമന്റെ കാലത്തും ആവർത്തിക്കപ്പെട്ടു. പൂർണമായും കത്തിനശിക്കാതെ അവശേഷിക്കുന്ന ചില ശകലങ്ങൾ മാത്രമാണ് ഇന്ന് സാഫോയുടെ കവിതകളായി നമുക്കു മുന്നിലുള്ളത്.

പത്തൊമ്പതാം നൂറ്റാണ്ടിൽ നൈൽ നദീതീരത്തു നടന്ന പുരാവസ്തു ഖനനത്തിൽ ബി സി ഒൻപതു മുതൽ എ ഡി പത്താം നൂറ്റാണ്ടുവരെ പഴക്കമുള്ള നിരവധി പാപ്പിറസ് ചുരുളുകൾ കണ്ടെത്തിയിരുന്നു. മമ്മികളും ശവപ്പെട്ടികളും സ്റ്റഫ് ചെയ്യപ്പെട്ട വിശുദ്ധമൃഗങ്ങളുടെ ശരീരങ്ങളും പൊതിയാൻ ഉപയോഗിച്ചിരുന്നവയാണ് ആ ചുരുളുകൾ. അക്കൂട്ടത്തിൽ സാഫോ കവിതകളുടെ ഭാഗങ്ങളും ഉണ്ടായിരുന്നു. കാവ്യദേവതയെന്ന് വിശേഷിപ്പിക്കപ്പെട്ട സാഫോയ്ക്ക് പിൽക്കാലത്ത് നേരിടേണ്ടിവന്ന അവഗണനയ്ക്കു തെളിവാണത്.

അഗാധമായ മാനുഷികവികാരങ്ങൾ ചർച്ചചെയ്ത ആദ്യ എഴുത്തുകാരിയാണ് സാഫോ. അവരുടെ കവിതകൾ സ്വയം മറ്റൊരാളെ — പലപ്പോഴും സ്ത്രീകളെ – സംബോധനചെയ്യുന്ന രീതിയിലാണ് എഴുതപ്പെട്ടിരിക്കുന്നത്. എന്നാൽ, ഏതെങ്കിലും സ്ത്രീയുമായോ സ്ത്രീകളുമായോ അവർക്ക് പ്രണയബന്ധമുണ്ടായിരുന്നുവെന്നതിന് ചരിത്രപരമായ തെളിവുകളൊന്നുമില്ല. അങ്ങേയറ്റം കാൽപ്പനികവും അനുരാഗനിർഭരവുമായ മനസ്സായിരുന്നു സാഫോയുടേത് എന്ന് അവരുടെ കവിതകൾ വ്യക്തമാക്കുന്നു. ബി സി ആറാം നൂറ്റാണ്ടിൽ ലെസ്ബോസിലെ സ്ത്രീകൾ സാമൂഹികവും സാമ്പത്തികവുമായ സ്വാതന്ത്ര്യം അനുഭവിച്ചിരുന്നു. ഗ്രീസുമുഴുവൻ സഞ്ചരിക്കാനും ആഗ്രഹിച്ച ജീവിതം തെരഞ്ഞെടുക്കാനും സാഫോയ്ക്കു കഴിഞ്ഞു. തന്റെ സ്വാതന്ത്ര്യം സർഗാത്മകമായി വിനിയോഗിക്കുകയായിരുന്നു സാഫോ.

സാഫോ കവിതകൾ വ്യത്യസ്തരീതിയിൽ, വ്യത്യസ്ത അഭിരുചിക്കനുസരിച്ച് വിവർത്തനം ചെയ്യപ്പെട്ടിട്ടുണ്ട്. കവിതകളുടെ പൂർണരൂപം ലഭ്യമല്ലാത്തതുകൊണ്ടു തന്നെ വിവർത്തനം വലിയ

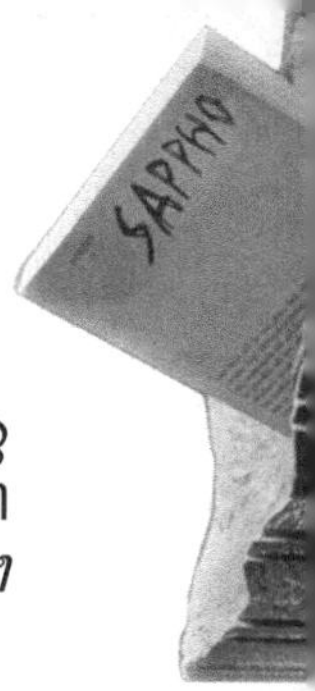

വെല്ലുവിളി നേരിടുന്നു. ആ വെല്ലുവിളി പ്രതിബദ്ധതയോടെ ഏറ്റെടുക്കുകയാണ് എൻ പി ചന്ദ്രശേഖരൻ. നിറവേറ്റപ്പെട്ട ചരിത്രനിയോഗത്തിന്റെ നൈതികതയിൽ പിറന്ന പ്രണയകാവ്യമാണ് *നീ തൊട്ടൂ; ഞാൻ തീനാമ്പായ്.*

II

പ്രണയിക്കുകയല്ലാതെ, പ്രണയിക്കുവാൻ കുറുക്കുവഴികളൊന്നുമേയില്ല. ആത്മനിയന്ത്രണത്തിന്റെ തടവറയിൽ വീർപ്പുമുട്ടിക്കാതെ പ്രണയത്തെ സ്വതന്ത്രമാക്കുക, പ്രണയിക്കാനനുവദിക്കുക. വാക്കുകൾക്ക് ജീവനുണ്ടാകുന്നത് അനുഭവിച്ചറിയുക.

വാക്കുകൾ:
വെറും വെറും
നശ്വര–
നിശ്വാസങ്ങൾ!
ഞാനവ–
യ്ക്കരുളുന്നൂ
ഇങ്ങനെ,
ചിരജീവൻ!

സ്വാഭാവികപ്രണയത്തിന്റെ അനിതരസാധാരണമായ മാധുര്യം വഴിഞ്ഞൊഴുകുന്ന സാഫോയുടെ കവിതകൾ കേവലം വാക്കുകളല്ലെന്നും അവ അനശ്വരപ്രണയത്തിന്റെ മന്ത്രാക്ഷരികളാണെന്നും തിരിച്ചറിഞ്ഞു കൊണ്ടുമാത്രമേ ആ കവിതകളെ സമീപിക്കാനാവൂ. പരസ്പരം അടുക്കാനാഗ്രഹിക്കുക, ഒന്നു തൊടാൻ കൊതിക്കുക, അറച്ചു നിൽക്കവേ ആഴങ്ങളിലേക്കു വലിച്ചടുപ്പിക്കുക — പ്രണയം പകരുന്ന ദിവ്യാനുഭവമാണിത്. ഈ പരിഭാഷയിലൂടെ കടന്നുപോകുമ്പോൾ തീവ്രമായൊരു പ്രണയകാലം അനുഭവിക്കാതെ വയ്യ. പിന്നെയും പിന്നെയും പ്രണയം ഒരഗ്നിയായി ഉടലിലും ഉയിരിലും പടരുന്നതറിയും.

“പിന്നെയും ഇതാ പ്രേമം:
സത്തയെ–
ത്തളർത്തുന്നോൻ,
ചിത്തത്തെ–
ത്തകർക്കുന്നോൻ,
മദിരാലയാധിപൻ,

അപ്രതിഹതൻ,
സർപ്പസഞ്ചാരി,
വ്യാളീരൂപൻ.
അവന്റെ
വിഷം തീണ്ടി
വീണൂ ഞാൻ
വെറും മണ്ണിൽ!"

സാഫോയുടെ കവിതകളിൽ പ്രണയത്തിലും രതിയിലും സ്ത്രീ കർതൃസ്ഥാനത്താണെന്നു കാണാം. അത് പരമ്പരാഗത പ്രണയസങ്കൽപ്പത്തിനുമപ്പുറത്താണ്. പ്രണയത്താൽ അതിവിവശയായിരിക്കുമ്പോഴും 'ഈ രണം' ഒരുമിച്ചു പൊരുതണമെന്ന ഓർമപ്പെടുത്തലുണ്ടതിൽ:

"വരണം
എന്നെത്തിരഞ്ഞു
നീ പോരണം.
തരണമോമനേ!
സാന്ത്വനം മോചനം.
പൊരുതണം
നമ്മളൊന്നു ചേർ-
ന്നീ രണം.
അറിയണം
ഇതു നീ, യതെൻ
ജീവനം."

"സ്ത്രീയേ, എനിക്കും നിനക്കും തമ്മിലെന്ത്?" എന്ന ചോദ്യം ഒരു സ്ത്രീയിൽ നിന്നുയരുന്നത് അസാധാരണമാവാം. പക്ഷേ, അത് അസ്വാഭാവികമാവുന്നതെങ്ങനെ? സ്ത്രീകളെ സംബോധനചെയ്യുന്ന സാഫോയുടെ കവിതകൾക്കു പിന്നിൽ കാരണം തേടിയലയുന്നത് അവിവേകമാണ്. കലാപഠനത്തിനായി സാഫോയെ സമീപിച്ചിരുന്ന പെൺകുട്ടികൾ പിരിഞ്ഞുപോകുമ്പോൾ അവർക്കെഴുതി നൽകിയിരുന്ന മംഗളഗാനങ്ങൾ ചൂണ്ടിക്കാട്ടിയാണ് സാഫോയ്ക്കുമേൽ സ്വവർഗാനുരാഗം ആരോപിക്കുന്നത്. എത്ര അസംബന്ധമാണീ വിശകലനമെന്നു കാണുക.

"എന്നെ
വിട്ടവൾ പോയി.
മരിച്ചുവീഴാൻ

അർഥി–
ച്ചിരുന്നൂ
ഞാനേകയായ്.
....
....
എൻ മൗനം
വിടചൊല്ലി:
“പോവുക
സന്തോഷിക്ക,
....
....
ഓർക്കുക നാം
കാമന്നു നൽകിയ
നൈവേദ്യങ്ങൾ;
ഓർക്കുക
നാം രണ്ടാളും
പങ്കിട്ടൊ–
രൊറ്റപ്പെടൽ!”

ഇവിടെ, രതികാമനകളുടെ അനുസ്മരണം വെളിപ്പെടുത്തുന്നത്, സാഫോ സ്വവർഗാനുരാഗിയായിരുന്നുവെന്നാണോ! പ്രണയാർദ്രവും ഭാവസമ്പന്നവുമായൊരു കവിമനസ്സ് അവർക്കുണ്ടായിരുന്നുവെന്ന് ഓർക്കുകയല്ലേ സുഖം?

“കൊതിച്ചു
നിൽക്കുന്നൂ
ഞാൻ
ഇരുന്നി–
രക്കുന്നൂ
ഞാൻ”

പ്രണയത്തിനുമുന്നിൽ എത്ര തവണയും അടിയറവു പറയാൻ മടിക്കാത്തൊരു കവിയെ ഇവിടെ നാം തൊട്ടറിയുന്നു. മുഖപടം നീക്കി, മുഖാമുഖം നിർത്തി പ്രണയത്തിന്റെ നിശ്വാസവേഗത്തെ തന്റേതാക്കുന്ന പ്രണയിനിയെ അടുത്തറിയുന്നു:

“ഒന്നെണീക്കുക,
നീയെന്നെ
നോക്കുക;

ഒന്നിനി നാം
മുഖാമുഖം
നിൽക്കുക;
സുന്ദരീ,
നിൻ മുഖപടം
നീക്കുക;
നിൻ മിഴിച്ചന്തം
എന്റെതാ-
ക്കീടുക."

ഊർജദായകമായ സ്ത്രീസാന്നിധ്യമാണ് സാഫോയുടെ പ്രണയകവിതകളെ വ്യത്യസ്തമാക്കുന്നത്. മാംസനിബദ്ധമായ അനുരാഗത്തിന്റെ പൂർണത അവയെ സദാ നവ്യമാക്കി നില നിർത്തുന്നു.

"എനിക്കു
പ്രിയങ്കരം
ദേഹത്തി-
ന്നാസക്തികൾ!
ദേഹസ്ഥി-
താസക്തിയും
ദേഹാതീതാ-
സക്തിയും
പകുത്തു
ഞാൻ
വാങ്ങീടും;
രതിയും
മതിയും
പോൽ."

രതിയും മതിയും പരസ്പരപൂരകമാവുകയും ഒന്നു മറ്റൊന്നിനെ കീഴ്പ്പെടുത്താതിരിക്കുകയും ചെയ്യുന്നു.

ഹോമറുടെ യുദ്ധകഥകൾ സാഫോയ്ക്കു പ്രമേയമായിട്ടുണ്ട്. ട്രോജൻ യുദ്ധത്തെ ആസ്പദമാക്കി *ഇലിയഡിൽ* നടത്തുന്ന പരാമർശങ്ങളെ പ്രണയകേന്ദ്രിതമാക്കി പുനരാവിഷ്കരിക്കുകയായിരുന്നു സാഫോ. അവരെ സംബന്ധിച്ച് *ഇലിയഡ്* തകർന്ന രണ്ടു ഹൃദയങ്ങളുടെ കഥയാണ് ഹെലനും മെനലസുമായുള്ള തീവ്രാനുരാഗമാണ് സാഫോയെ ആകർഷിച്ചത്. ട്രോജൻ യുദ്ധത്തെ

യാകെ ഒരൊറ്റ വൈകാരിക നിമിഷത്തിലേക്ക് ആവാഹിക്കുകയാണ് സാഫോ ചെയ്തത്. യുദ്ധഭൂമിയിലെ കോലാഹലത്തിനിടയിലും പ്രണയത്തിന്റെ മാസ്മരികമർമരത്തിനു സാഫോ കാതോർത്തു.

"അവളെ, യാശ്യാമ-
മുഖത്തെയോർക്കുവൻ
അവളെ, യാ മന്ദ-
ഗതിയെ, യോർക്കുവൻ
എനിക്കവൾ പ്രിയ,
രഥങ്ങളെക്കാളും
പടഹത്തെക്കാളും
പടകളെക്കാളും."

അഫ്രോഡൈറ്റ് ദേവതയ്ക്കു സമർപ്പിതമായിരുന്നു സാഫോയുടെ മനസ്സ്. അഫ്രോഡൈറ്റിനെ സ്തുതിക്കുന്ന കവിതകളിലും തുളുമ്പിനിൽക്കുന്നത് ലാവണ്യാത്മകമായ പ്രണയം തന്നെ; അർഥിച്ചത്, ഒടുങ്ങാത്ത തൃഷ്ണകളാണ്.

രതിദേവീ! ഇനി
ഇവൾക്കൊപ്പം നിൽക്ക.
ഒരു വേളയല്ല;
പ്രണയത്തിൻ വഴി
മുഴുവനുമിവൾ
നടന്നു തീർപ്പോളം!

III

ജരാനരകളില്ലാത്ത, വാർധക്യമില്ലാത്ത പ്രണയത്തിന്റെ നിതാന്ത ജാഗ്രത സാഫോയിൽനിന്ന് ആവാഹിച്ചു സ്വന്തമാക്കാൻ ചന്ദ്രശേഖരനു കഴിഞ്ഞിട്ടുണ്ട്. നെരൂദയുടെ പ്രണയകവിതകളിലെ താരുണ്യം മലയാളത്തിനു സമ്മാനിച്ച കവിയാണ് ചന്ദ്രശേഖരൻ. പ്രണയധീരമായ മനസ്സുകൾക്കു പ്രചോദനമായി വീണ്ടും സാഫോയിലൂടെ കാവ്യാത്മകത പുനർജനിക്കുകയാണ്. "പെരും നോവിൻ തെരുവാണിഭക്കാരൻ" – പ്രണയം – പിന്നെയും കടന്നു വരികയാണ്.

സാഫോയുടെ ചിതറിക്കിടക്കുന്ന കാവ്യശകലങ്ങളെ ഭദ്രമായി, ആവുന്നത്ര പ്രമേയാസ്പദമായി നാലു ഭാഗങ്ങളിലൊതുക്കി ചന്ദ്രശേഖരൻ അവതരിപ്പിക്കുന്നു. വിരഹവും സമാഗമവും മര

ണവും കലഹവും രതിയും സ്വപ്നവും കവിതയുമെല്ലാം പ്രണയനൂലിൽ കൊരുത്തെടുത്ത് മലയാളത്തിനു സമർപ്പിക്കുന്നു. സഹസ്രാബ്ദങ്ങൾക്കുമുമ്പ് എഴുതപ്പെട്ട വാക്കുകൾക്ക് ഇന്നിന്റെ താളലയമാധുര്യം പകർന്ന് നവ്യമാക്കിയിരിക്കുന്നു. വിവർത്തനത്തിന്റെ സാങ്കേതികതയ്ക്കപ്പുറം ഇതിൽ കാവ്യാത്മകതയുടെ വിരലടയാളങ്ങൾ തെളിയുന്നു.